“अंतराळवीर व्हायचं असेल तर काही गोष्टींची खूणगाठ बांधायला हवी : तुम्हाला जे काम आवडतं, किंवा जो व्यवसाय आवडतो, तो मन लावून करा.

अंतराळवीर बनण्यासाठी विविध क्षेत्रातल्या तज्ज्ञांची आवश्यकता असते.

साहसी बना, आरोग्य जपा. सातत्यानं नवीन गोष्टी शिकण्याचा प्रयत्न करा म्हणजे तुम्ही खूप खूप पुढे जाल.”

- सुनीता विल्यम्स

अंतराळवीर

सुनीता विल्यम्स

(अद्भुत जीवनकथा)

कॅप्टन एस. शेषाद्री

अराधिका शर्मा

अनुवाद

चित्रा वाळिंबे

मेहता पब्लिशिंग हाऊस

ASTRONAUT SUNITA WILLIAMS (Achiever Extraordinaire)
by Capt. S. SESHADRI / ARADHIKA SHARMA

Published by Rupa & Co., New Delhi
Translated into Marathi Language by Chitra Valimbe

अंतराळवीर सुनीता विल्यम्स (अद्भुत जीवनकथा)

अनुवाद : चित्रा वाळिंबे
Email : author@mehtapublishinghouse.com

मराठी अनुवादाचे व प्रकाशनाचे हक्क : मेहता पब्लिशिंग हाऊस प्रा.लि., पुणे.

संस्थापक : सुनील अनिल मेहता

प्रकाशक : मेहता पब्लिशिंग हाऊस प्रा. लि.,
१९४१, सदाशिव पेठ, माडीवाले कॉलनी, पुणे ३०.

मुद्रक : श्री मुद्रा

प्रकाशनकाल : जुलै, २००७ / जानेवारी, २००८ / मे, २००९ /
सप्टेंबर, २०११ / ऑगस्ट, २०१४ / जून, २०१७ /
पुनर्मुद्रण : मे, २०२३

किंमत : ₹ १९०

P Book ISBN 9788177668674
E Book ISBN 9789386745774
E Books available on : amazonkindle Apple Books Google Play Books

---

रुपिंदर सिंग यांच्या सहकार्याशिवाय पुस्तक पूर्ण होऊ शकलं नसतं. परिपूर्ण माहिती आणि छायाचित्र देण्याबरोबर पंड्या कुटुंबियांनी आमच्या अनेक शंकांना संयमानं उत्तरं दिली, त्यांचे आभार!

गवसणी अवकाशाला...

या पुस्तकाला प्रस्तावना देताना मला विशेष आनंद होतो आहे, कारण ते आहे उल्लेखनीय जीवन असलेल्या सुनीता विल्यम्सवर! विविध क्षेत्रात कार्य केलेल्या महिलेचा हा जीवनप्रवास आहे : नेव्हल एव्हिएटर आणि हेलिकॉप्टर पायलट, त्यानंतर टेस्ट पायलट; व्यावसायिक नेव्हल डायव्हर; पट्टीची पोहणारी, सेवाभावी संस्थांसाठी मदतनिधी जमवणारी, प्राण्यांची आवड असलेली, मॅरेथॉन रनर अन् आता जागतिक विक्रम केलेली अंतराळवीर!

अपरिमित कष्टानं आणि सकारात्मक वृत्तीमुळे आपण असामान्य कामगिरी करू शकतो हे सुनीताला उमजलं. स्वत:च्या क्षमता अधिकाधिक ताणत, जोखत सुनीता तो एक 'अधिकचा मैल' चालून पुढे गेली आहे. तिच्या पाऊलखुणांचा माग काढत जाणाऱ्यांना सुनीतानं एक स्फूर्तीदायी उदाहरण घालून दिलं आहे. एकमेकांशी सूर जुळलेले कुटुंबीय आणि मित्र-मैत्रिणींच्या पाठिंब्यानं तिनं हे यश मिळवलं आहे.

सुनीताच्या यशाचं चित्र वाचकांना या पुस्तकात बघायला मिळेल. तिचं लहानपण, करिअरचा प्रवास, STS 116 ची सदस्य म्हणून तिनं अटलांटिस अवकाशयानावर ठेवलेलं पाऊल, अमेरिकन अवकाश उपक्रमाला तिनं दिलेलं अमूल्य योगदान!

खरंच प्रेरणादायी जीवनकथा!

२० जून २००७ — **विंग कमांडर (निवृत्त) राकेश शर्मा**

अवकाश पृथ्वीवरचं

युनायटेड स्टेट्स नेव्ही कमांडर सुनीता लिन् पंड्या विल्यम्स, हिचा जन्म १९ सप्टेंबर १९६५ रोजी अमेरिकेत, ओहायोमधील क्लिव्हलँड इथं झाला. तिचे वडील आणि माझे पती डॉ. दीपक एन. पंड्या, भारतातील मंगरोळ इथले आहेत. माझं नाव बोनी त्सालोकर पंड्या. मी सुनीची ('सुनीता'चं लघरूप) आई. तिला जय थॉमस पंड्या हा एक मोठा भाऊ, आणि दीना ॲन पंड्या ही मोठी बहीण आहे. सुनी एक वर्षाची असताना आम्ही बोस्टनजवळ राहायला आलो. आजी-आजोबा, काका-काकू आणि भाचेमंडळींपासून दूर जाताना मुलं फारशी खूष नव्हती, पण वडिलांच्या व्यावसायिक प्रगतीला मुलांनीही पाठिंबा दिला आणि आम्ही स्थलांतर केलं.

दीपकचं वैद्यकीय करिअर फुलत गेलं आणि त्याबरोबर आमची मुलंही. मी मुलांना वेगवेगळ्या संगीताच्या प्रकारात आणि व्यायाम, खेळांमध्ये गुंतवलं. मुलं घरी आली की त्यांना ताज्या कुकी आणि केक मिळावे म्हणून ती शाळेत असताना मी स्वयंपाक करायचे. शाळेतून आल्यावर मुलं गृहपाठ करायची आणि मग पोहण्याच्या सरावाला जाण्यासाठी गाडीत बसायची. दोन तासांच्या पोहण्याच्या वेळात मी कधी त्यांना पोहताना बघायचे, तर कधी विणकाम करायचे. दीपक पूर्ण शाकाहारी असल्याने मी दोन प्रकारची जेवणं बनवायचे - एक भारतीय आणि एक स्लोव्हेनिअन. मुलांना आम्ही दोन्ही प्रकारच्या जेवणांची लज्जत चाखण्यासाठी उद्युक्त करायचो.

काळ पुढे सरकला, तशी मी रात्रशाळेत विणकाम शिकवायला लागले. मुलं मोठी झाल्यावर मी पूर्ण वेळची नोकरी करू लागले. तेव्हाही मी मुलांना पहाटे साडेपाचला पोहण्यासाठी घेऊन जायचे. त्या वेळेपर्यंत जयला वाहन परवाना मिळाला आणि तो सर्वांना पोहण्याच्या सरावाला घेऊन जाऊ शकायचा. पंड्यांच्या घरातलं धावपळीचं आयुष्य सुरु राहिलं. आमच्या घरातली ये-जा बघून शेजारी विस्मयचकीत व्हायचे - आम्ही सतत फिरतीवर असायचो.

जय युनायटेड स्टेट्स नेव्हल ॲकेडमीत आणि दीना स्मिथ कॉलेजला गेल्यावरही आमच्या घरची वर्दळ कमी झाली नाही. दीपकसोबत काम करणारे युरोप आणि अमेरिकेतले त्याचे वैद्यकीय सहकारी काम चालू असेपर्यंत आमच्याकडे राहायचे. व्यवसायातली पदवी मिळवण्यासाठी मी रात्रशाळेत जायचे आणि सुनीता पोहण्यात अन् अभ्यासात मग्न रहायची. एका उन्हाळ्याच्या सुटीत, तिनं पोहण्याची मार्गदर्शक म्हणूनही काम केलं.

न्यू इंग्लंड आमचं घर झालं आणि साऱ्या कुटुंबाला बोस्टनजवळ राहणं आवडायला लागलं. खूप सुंदर संगीत नाटकं, खेळ बघता यायचे आणि पोहायला नद्या, तलाव आणि समुद्र होता.

फॉलमध्ये, न्यू हॅम्पशायर आणि मेनमध्ये कॅम्पिंग करायला प्रत्येकालाच आवडायचं. हिरवीगार पानं लाल, पिवळ्या, केशरी रंगांच्या विविध छटा धारण करताना बघण्यात सगळेच रंगून जायचे. मुलांना कणसं आवडायची, भोपळे आणि हॅलोविनसाठीचे पोषाख आवडायचे. त्यांना थँक्सगिव्हींग आणि ख्रिसमसबरोबर दिवाळी आणि इतर भारतीय सणही आवडायचे. मी तेव्हा गुगरा, हलवा, जिलबी आणि गुलाबजाम बनवायचे. कडाक्याच्या थंडीत बर्फाचे गालिचे बघत उठायला मुलांना आवडायचं. कधीकधी जय आणि दीना खिडकीबाहेर बघून म्हणायचे, 'ओह, आज पोहणं नको,' पण सुनी स्विमिंग सूट घालून बाकी मुलं तयार होण्याची वाट बघत असायची.

उन्हाळ्यात खरी मजा यायची, कारण तेव्हा आम्ही खूपदा कॅम्पिंगला जाऊ शकायचो. मी आणि जय गाडीला कॅम्पर जोडायचो. सुनी आणि दीना खाद्यपदार्थ आणि कपड्यांची बांधाबांध करायच्या. कुत्रं बरोबर घेऊन आम्ही हॉस्पिटलमध्ये जायचो. तिथे कामावर गेलेल्या दीपकला सोबत घेऊन पुढच्या प्रवासाला लागायचो. भाचेमंडळी काही आठवडे यायची, मग आम्ही समुद्रात पोहायला आणि नौकाविहार करायला जात असू.

सगळ्यांना आमच्या घरी यायला खूप आवडायचं. चार जुलैला आमच्याकडे पार्टी असायची. तेव्हा मी बरेच पदार्थ बनवायचे आणि मुलं व्हॉलिबॉल आणि क्रॉकेट खेळायची. पिकनिक लंच घेऊन बोस्टनला जायचं आणि स्वतंत्रता दिवस साजरा होताना बघायचा, विशेष करून आतषबाजी बघायला मुलांना फार आवडायचं. चार्ल्स नदीजवळच्या एखाद्या झाडावर मुलं चढून बसायची आणि फटाक्यांची आतषबाजी आणि देशभक्तीपर गीतं ऐकायची.

मुलांना मोठं होण्यासाठी बोस्टन ही खरोखर चांगली जागा होती. आमचं कुटुंब छान आहे, आम्हाला खूप चांगला मित्रपरिवार आहे. मुलांना उत्तम शिक्षक

मिळाले, त्यामुळे त्यांना शिक्षण सकारात्मकतेनं घेता आलं, शिकायचा आनंद घेता आला. दीपकच्या मित्र, नातेवाईक आणि सहकाऱ्यांमुळे मुलांना सांस्कृतिक विविधता अनुभवता आली. त्यांना वेगवेगळ्या पार्श्वभूमीचे आई-वडील मिळाले आणि त्यांनी एकत्र येऊन-राहून, कष्टानं-अनुभवानं मुलांचं आयुष्य समृद्ध होण्यासाठी प्रयत्न केले, ही मुलांच्या दृष्टीनं सुदैवाची बाब आहे असं म्हटलं तर वावगं ठरू नये. त्या अर्थानं, जय, दीना आणि सुनी 'युनिक' आहेत.

दीपक शरीरशास्त्र आणि न्यूरोबायोलॉजी विषयाचे प्राध्यापक झाले आणि बोस्टन युनिव्हर्सिटी स्कूल ऑफ मेडिसिनमध्ये शिकवायला लागले. बोस्टन सिटी हॉस्पिटलमधील हार्वर्ड न्युरॉलॉजिकल युनिट, बोस्टन व्हेटरनस् ॲडमिनिस्ट्रेशन हॉस्पिटलचे अफेझिया रिसर्च सेंटर आणि बेडफोर्ड व्हेटरनस् ॲडमिनिस्ट्रेशन हॉस्पिटल इथं दीपकनं चार तपं सेरेब्रल कॉर्टेक्समध्ये संशोधनाचं कार्य केलं आहे. आंतरराष्ट्रीय पातळीवर त्याचं कार्य पोहोचलं आहे. या क्षेत्रातील योगदानासाठी दीपकला काजल क्लब डिस्कव्हरर अँड एक्सप्लोअरर पुरस्कार तसंच सिग्नोरेट पुरस्कार मिळाले आहेत. हा सर्व काळ त्यानं क्लिनिकल मेडिसिनमध्ये काम केलं आहे आणि विद्यार्थ्यांच्या अनेक पिढ्यांना शिकवलं आहे.

युनायटेड स्टेट्स नेव्ही कमांडर सुनीता लिन् विल्यम्स, खरेच उल्लेखनीय आहे. तिचं जीवन तुमच्यापुढे मांडणाऱ्या अराधिका शर्मा आणि एस. शेषाद्री या लेखकांना आम्ही सुनीताची जीवनकथा मोठ्या आनंदानं सांगितली आहे.

२० जून २००७ — **बोनी पंड्या**

केप कॉड, मॅसेच्युसेट्स, अमेरिका

पंचमहाभूतांना जिंकत...

सुनीता लिन् विल्यम्स सहा महिन्यांच्या अवकाश स्थानकातील वास्तव्यानंतर आता पृथ्वीवर परतली आहे. नासाच्या मोहीम-१४ ची सदस्य म्हणून सुनीता सहभागी झाली आणि तिथे तिनं फ्लाईट इंजिनिअर म्हणून काम केलं. सुनीतानं या मोहिमेत चार स्पेस वॉक केले. *'नासा'*मध्ये या स्पेस वॉकला 'एक्स्ट्राव्हेइक्युलर ॲक्टिव्हिटी' असेही म्हणतात. तिनं २९ तास १७ मिनिटांचा स्पेस वॉकचा जागतिक विक्रम केला आहे.

सुनीताच्या आदर्श जीवनाकडे पाहिलं, तर तिचे अनुभव, तिच्यावरचे प्रभाव यांचा संगम तिच्या उत्तुंग करिअरमध्ये झालेला दिसतो.

- वडिलांकडून सुनीता साधी राहणी, कुटुंबाची एकसंधता, निसर्गाचं सौंदर्य आणि आध्यात्मिक आनंद शिकली.
- आईकडून तिला मिळालं सामर्थ्य आणि सौंदर्य, तसंच व्यवस्थितपणाही. अन् मित्रमैत्रिणी, मजा आणि कल्पकतेच्या ताजेपणाची भावना तिनं आईकडूनच जाणली.
- अभ्यास आणि खेळांमध्ये यश मिळवण्यासाठी अपरिमित कष्ट करण्याची गरज तिला भावाकडून उमजली.
- बहिणीच्या रूपानं सुनीताला जीवनभराची मैत्रीण मिळाली अन् तिच्याकडून जीवनातील करुणेचा स्पर्श सुनीताच्या मनाला झाला. बहिणीशी स्पर्धा करता करता ती कितीतरी सुंदर गोष्टी शिकली.
- पोहण्याच्या स्पर्धांमधून सुनीता शिकली स्पर्धकांसमोर शारीरिक क्षमता पणाला लावायला, आणि शिकली समर्पण, जबाबदारी, उत्तम आरोग्याचं महत्त्व!

- नेव्हल ॲकेडमीमधून सुनीतानं आत्मसात केले नेतृत्वगुण, अस्तित्वाची लढाई, एकदिलानं काम करणं आणि ती शिकली पुरुषांच्या जगामध्ये निर्भयतेनं काम करायला!
- नेव्ही डायाव्हिंगमधून ती शिकली अनेक व्यावहारिक गोष्टी (पाण्याखाली राहणं आणि काम करणं याचा अवकाशात राहणं आणि काम करण्याशी मेळ आहे), त्यामुळं तिला अंतराळवीर म्हणून करिअर घडवायला खूप मदत झाली.
- टेस्ट पायलट झाल्यावर ती आव्हानं स्वीकारायला, अडचणींवर मात करायला शिकली. हस्तकौशल्य तर मिळवलंच अन् त्याबरोबर धैर्यही!
- पतीकडून तिला उमजला मैत्री, प्रेम, आदर आणि सुरक्षिततेचा अर्थ!
- गॉर्बीकडून तिला मिळाली सोबत, शांती, गंमत आणि आनंद!

सुनीता पंड्या विल्यम्सच्या जीवनप्रवासाचं वर्णन तिचे आई-वडील असं करतात. 'ही गोष्ट आहे एका 'सामान्य स्त्री'ची, जिनं कुटुंबाच्या साथीनं असामान्य यश संपादन केलं आहे.'

रुपा अँड कंपनीचे प्रकाशक कपिश मेहरा यांनी २००७ सालच्या एप्रिल महिन्यात कॅप्टन शेषाद्री (शेष) आणि मला, सुनीता विल्यम्सवर पुस्तक लिहीण्याबद्दल विचारलं. आम्ही आनंदानं रुकार दिला. मी काही शंका विचारल्या खऱ्या, - 'मला माहिती कुठून मिळणार? ती किंवा तिचं कुटुंब, कोणीच आपल्या आसपास नाही. म्हणजे मला म्हणायचं होतं, की तिची माणसं, जगाच्या दुसऱ्या टोकाला राहतात, अमेरिकेत, आणि ती ...ती तर अवकाशात आहे.'

'काही अडचण नाही येणार, काळजी करू नकोस, आपण करूया.' शेष त्याच्या स्वभावाप्रमाणे म्हणाला आणि मीदेखील त्याच्यावर विश्वास ठेवला.

आमचा सुनीतासाठीचा शोध सुरू झाला. आम्ही आपापल्या शहरात अनेक दिवसात भेटी न दिलेल्या पुस्तकांच्या दुकानातही चकरा मारल्या.

(शेष चेन्नईत राहतो आणि मी चंदिगडमध्ये) तिची माहिती मिळण्याची शक्यता असलेल्या सगळ्या प्रकाशनांची पुस्तकं धुंडाळली. सुनीता विल्यम्स नाव दिल्यावर, गुगलवर येणाऱ्या प्रत्येक साईटला भेट दिली. या बाबतीत मदत करू शकतील असं वाटलेल्या प्रत्येक मित्र-मैत्रिणीला, ओळखीच्यांना मी फोन केला आणि कोणाला पंड्या कुटुंबाचा किंवा सुनीताचे पती मायकेल विल्यम्स यांचा पत्ता, इ-मेल मिळेल का याची चाचपणी केली. शेषनंही तेच केलं, अर्थात त्यानं ते अधिक गंभीरपणे अन् प्रतिष्ठापूर्वक केलं असावं, असा माझा अंदाज!

शेवटी, आमचा मित्र रुपिंदर सिंगचा मला फोन आला. (या पुस्तकासाठी त्याचं खूप साहाय्य झालं आहे) तो आनंदानं चित्कारत होता, 'मिळाला, मला मिळाला,'

'आता काय मिळालं तुला?' तो 'युरेका'सारखं म्हणत असताना मी त्याला खाष्टपणानं विचारलं.

'डॉक्टर दीपक पंड्या यांचा फोन नंबर आणि इ-मेल आयडी.'

आता मीदेखील आनंदी झाले. आम्ही दोघांनी एकमेकांच्या हुशारीवर आणि कार्यक्षमतेवर आनंद व्यक्त केल्यानंतर शेषला फोन केला. त्याच्यावर लगेचच पुढचा पत्रव्यवहार करण्याची जबाबदारी सोपवण्यात आली. त्यानंतर कित्येक दिवस डॉक्टर पंड्यांच्या उत्तराची वाट पाहून, ते न मिळाल्यानं आम्ही नाऊमेद झालो. मग आम्हाला कळलं की त्यांनी जिथे न्युरोॲनाटॉमिस्ट म्हणून नाव मिळवलं होतं, त्या बोस्टनमध्ये सध्या त्यांचं वास्तव्य नव्हतं.

आता आम्ही फक्त वर्ल्ड वाईड वेब वर अवलंबून होतो. पुढे जाणाऱ्या प्रत्येक क्षणाबरोबर वेब छोटी छोटी होत होती. आम्ही पुस्तकाची रुपरेषा आखली आणि त्यानुसार काम करायला सुरुवात केली. पुस्तकाचं हस्तलिखित प्रकाशकाकडे मंजुरीसाठी पाठवूनही दिलं. आणि मग... शेषकडून फोन आला. त्यानं वाचायला सुरुवात केली, 'डिअर कॅप्टन शेषाद्री, तुमच्या मेलला उत्तर पाठवायला उशीर झाल्याबद्दल दिलगिरी व्यक्त करतो. मी गेल्या सात महिन्यांपासून येथे नव्हतो,...'

ती डॉक्टर पंड्यांची मेल होती. आनंदाचे चीत्कार ऐकून माझे सहकारी माझ्याभोवती गोळा झाले.

आम्ही तातडीनं प्रश्नांचा संच बनवला आणि डॉक्टर पंड्यांना पाठवला. काही दिवसात, शेशनं परत फोन केला. 'आपल्याला उत्तर आलं आहे,' तो एकीकडे मेल वाचत म्हणाला. 'हे भगवान!' प्रत्यक्षात तो हे नाही तर निराळे उद्गारवाचक शब्द म्हणाला होता.

'त्यांनी पानंच पानं पाठवली आहेत, आणि छायाचित्रंही!'

पंड्या कुटुंबीय, दीपक, बोनी (सुनीताची आई), दीना (सुनीताची बहीण) एकत्र आले आणि त्यांनी निवडक लिखाण पाठवलं, सुनीता आणि कुटुंबाच्या वैयक्तिक बाबीही दिल्या. हे सारं मिळाल्यावर आम्हाला सगळं पुस्तक पुन्हा लिहिण्यावाचून पर्यायच राहिला नाही. या सगळ्यावर कडी म्हणजे थेट अवकाशातून सुनीतानं पाठवलेला संदेश आमच्याकडे पोहोचला. दीनामार्फत आलेल्या संदेशात, सुनीताला या पुस्तकात अपेक्षित असलेल्या काही गोष्टींबाबत तिनं लिहीलं होतं.

पंड्या कुटुंबीयांनी पाठवलेल्या माहितीवर काम करत असताना, बोनी आणि दीपक यांनी त्यांच्या मुलांना सातत्यानं दिलेल्या प्रेमळ पाठिंब्याच्या दर्शनानं आम्ही थक्क झालो. सुनीता आज अवकाशात संशोधन करते आहे, पण त्याची मुळं तिच्या लहानपणीच, पालकांनी आणि भावंडांनी खोलवर रुजवली आहेत. त्यांनीच तिला भरारी मारण्यासाठी पंख दिले आहेत.

शेष आणि माझ्यासाठी हे पुस्तक लिहीणं म्हणजे एक सुंदर अनुभव होता. इतकं समृद्ध, इतकं संपूर्ण, इतकं समर्पित आणि शिस्तबद्ध आयुष्य जाणून घेणं हा या कामातला सर्वात छान भाग. आम्ही एका आदर्श व्यक्तित्वाचा शोध घेत होतो आणि आम्हाला गवसली एक प्रेमळ व्यक्ती! विचारांची स्पष्टता असलेली, कष्ट करणारी, उद्दिष्टासाठी झगडणारी! आणि गवसलं एक कुटुंब, जे अशा व्यक्तीला मोठं करण्यासाठी झटलं होतं. ती व्यक्ती आज आदर्श झाली आहे!

- अराधिका शर्मा

अनुक्रमणिका

Please contact us at **Mehta Publishing House Pvt. Ltd.,** Pune 411030.
✆ +91 020-24476924 / 24460313 / Mob. No. 9545000513
Email : production@mehtapublishinghouse.com
Website : www.mehtapublishinghouse.com

- *या पुस्तकातील लेखकाची मते, घटना, वर्णने ही त्या लेखकाची असून त्याच्याशी प्रकाशक सहमत असतीलच असे नाही.*

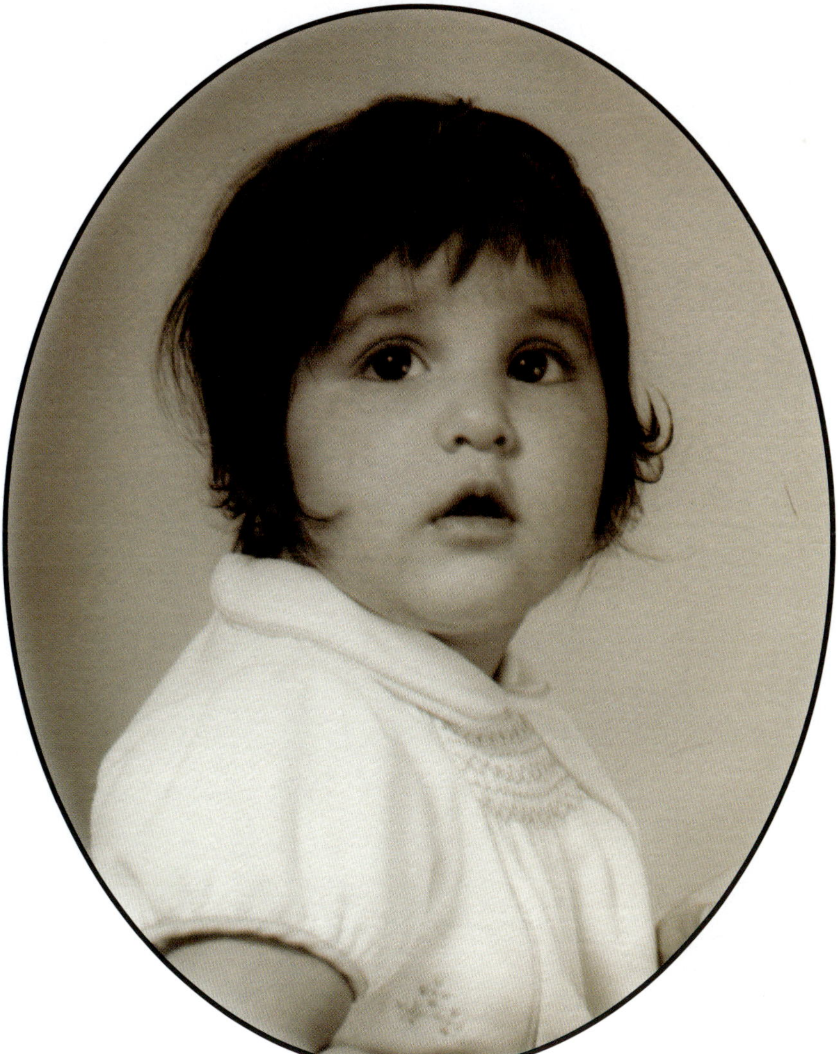

सुनीता, एक वर्षाची असताना

सुनीता आणि दीना, बॅलेच्या वेशभूषेत

वाळूत हिंदीमध्ये 'राम' लिहीताना सुनीता

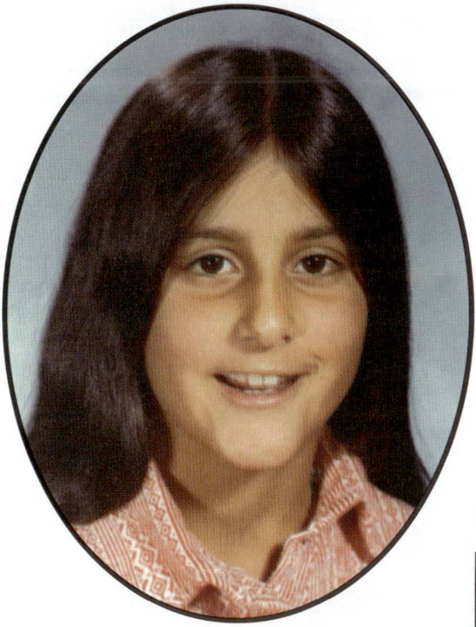

सात वर्षांची सुनीता

मुलींनी सुटीत 'जिंजरब्रेड हाऊस' बनवलं

पोहण्याच्या स्पर्धेत सुनीता,
बर्नलस् गेटर्सचे प्रतिनिधित्व करताना
(१२ व्या ग्रेडमध्ये)

हायस्कूल डिप्लोमा स्वीकारताना सुनीता, १९८३

बरोबरीच्या कॅडेट्ससह सुनीता
युनायटेड स्टेट्स
नेव्हल ॲकॅडमी (युएसएनए)
ॲनापोलिस, मॅरीलॅन्ड, युएसए

युनायटेड स्टेट्स
नेव्हल ॲकॅडमीतील
सहकाऱ्यांबरोबर सुनीता

सुनीताच्या दोन ब्राइडमेटस्,
औपचारिक समारंभासाठी
तयार झालेल्या युएसएनएच्या
डेबी आणि विकी

हर्नडन स्मृतीस्तंभ चढताना,
वर्षाअंतीचा उन्हाळा, १९८३

युनायटेड स्टेट्स नेव्हल ॲकॅडमीत
सुनीता आणि दीना,
१९८३ च्या उन्हाळ्यात

सायकल शर्यत 'जिंकण्यासाठी'

पोहण्याच्या तयारीत, युएसएनएच्या महिला जलतरण संघाची कप्तान

युएसएनएमधे क्रॉसकंट्री धावताना

युएसएनए क्रॉसकंट्री संघ

हेलिकॉप्टर पायलट सुनीता

दोघी बहिणी, एका भारतीय विवाहसोहळ्यात

हत्तीवरून सफारी, १९९८ मधली भारतभेट

ताजमहालापुढे डॉ. दीपक पंड्या, सुनीता, दीना आणि दिनेश रावल

'विंग्ज' स्वीकारताना, डावीकडे मायकेल विल्यम्स, सुनीताचे भावी पती

नेव्ही डायव्हर 'एनसाईन' स्वीकारताना

पॅराशूट जंपिंग गिअर

मैत्रीण 'एअरबॉर्न विंग्ज' लावताना

पनामा शहर, फ्लोरिडा,
स्पेशल ऑपरेशन डाइव्ह प्रशिक्षणासाठी तयार

फ्लाइट बेनिंग, जॉर्जिया, जंप स्कूल वर्ग

सुनीताचा विवाहसोहळा, १९८९,
बहीण दीना आणि भाऊ जयसह

विवाहप्रसंगी वडिलांसह

वैशिष्ट्यपूर्ण पालक – बोनी आणि दीपक

सुनीता आणि मायकेलचा विवाह, वूडस् होल, मॅसेच्युसेट्स, १९८९

सुनीता आणि पती मायकेल

बोनी, कोल, गॉर्बी आणि सुनीता

एकत्र ट्रेकिंग : सुनीता आणि दीना

सुनीताचा चाळीसावा वाढदिवस साजरा करताना, सप्टेंबर २००५

शालेय विद्यार्थ्यांसमोर अनुभवकथन करताना

शालेय विद्यार्थ्यांसमवेत

युनायटेड स्टेट्स नेव्हल ॲकॅडमीची थर्ड कंपनी

अमेरिकेचा झेंडा अभिमानानं वागवताना -
आई-वडिलांच्या विवाहाला चाळीस वर्षं पूर्ण झाल्याप्रसंगी सुनीता, माईक, जय, डॅड, मॉम, ॲना (जयची पत्नी), कोल आणि दीना, केप कॉड, मॅसेच्युसेट्स

पृथ्वी

अमेरिकेतल्या टेक्सास, ह्यूस्टन इथल्या केनेडी अवकाश केंद्रातून, १० डिसेंबर २००६ रोजी, भारतीय प्रमाण वेळेनुसार सकाळी ७.१७ मिनिटांनी, डिस्कव्हरी अवकाश यानानं उड्डाण केलं. फ्लाइट क्रू मधली एक होती सुनीता विल्यम्स. दोन दिवसांनंतर, ३५४ किलोमीटरचा अंतराळ प्रवास करून सुनीता बांगला देशाच्या माथ्यावर असलेल्या आंतरराष्ट्रीय अंतराळ स्थानकामध्ये (इंटरनॅशनल स्पेस स्टेशन - आयएसएस) पोहोचली. याच पत्यावर ती आता पुढचे सहा महिने राहणार होती. 'टॅली हो! ऑन द न्यू होम,' हा तिनं पृथ्वीवर पाठविलेला पहिला संदेश!

आयएसएस या संशोधन केंद्राचं काम अवकाशामध्ये सुरू आहे. अवकाशाबद्दल अधिक माहिती मिळावी आणि पुढील चंद्र, मंगळावरच्या मोहिमांसाठी उपयोग व्हावा यासाठी हा एक प्रयत्न आहे.

आयएसएसमध्ये २ नोव्हेंबर २००० सालापासून मानवी वास्तव्य आहे आणि तेथे रशियन बनावटीच्या सोयुझ आणि प्रोग्रेस तसंच अमेरिकन अवकाशयानांद्वारे सेवा दिली जाते.

पहिल्या पाच अंतराळ प्रवाशांचं देखील राहण्याचं ठिकाण आयएसएस हेच होतं. शीत युद्ध आणि अंतराळ युद्धाला पूर्णविराम दिल्यानंतर १९९३ मध्ये या प्रकल्पाची घोषणा करण्यात आली.

पाच लाख तीस हजार करोड (५,३०,०००) रुपयांचा हा प्रकल्प २०१० पर्यंत पूर्ण करण्याचं नियोजन आहे.

सुनीतासाठी, पृथ्वीपासून अंतराळापर्यंतचा बदल लक्षणीय होता. अंतराळवीर वजनरहीत अवस्थेत तरंगत असल्यानं, ग्रुप फोटोसाठी तिला खाली ओढून धरावं लागायचं. अंतराळात गेल्यानंतर सुनीतानं पहिलं काम काय केलं, तर तिच्या अंतराळ सहकाऱ्याकडून, जोॲन हिगिनबॉथमकडून पोनी टेल कापून घेतला. कापलेले केस तिनं 'लॉक्स ऑफ लव्ह' या संस्थेला देऊ केले. अमेरिकेतली ही सेवाभावी संस्था कर्करोगाच्या उपचारात, केशविहीनता आलेल्यांवर केशरोपण करते.

केस दान करावे हा निर्णय कसा घेतला तिनं? 'माझ्या एका मैत्रिणीनं असंच केलं होतं त्यामुळे मलाही प्रेरणा मिळाली. मी विचार केला, किती चांगली कल्पना आहे ही! मी निरोगी आहे, माझे केस लांब आहेत, ते कोणाला तरी देता येऊ शकतात याचाच मला खूप आनंद होतोय! इथे आल्यावर लांब केस त्रासदायक होणार याचा अंदाज होताच मला. एकतर ते पंख्यात अडकणार नाहीतर कशाच्यातरी मधे येणार. मला अंतराळात पाठवण्याचं नक्की झालं, तेव्हाच मी ठरवलं की केस कापायचे. पण अंतराळात असताना लांब केस कसे दिसतात याचं एक छायाचित्र मात्र मला हवं होतं, त्यामुळे ते काढून घेतलं! अवकाश स्थानकात माझे केस विखुरलेले मिळू नयेत, म्हणून कापले केस!'

विखुरलेल्या काळ्याभोर केसांच्या बटा तिचं भारतीयत्व सांगतात– तिचे वडील, डॉ. दीपक पंड्या गुजराथी आहेत.

गुजराथी वडील, स्लोव्हेनिअन आई

'भारतातल्या, सौराष्ट्राच्या पश्चिम किनाऱ्यावरच्या एका छोट्या गावातला, मंगरोळमधला माझा जन्म. ६ डिसेंबर १९३२चा! वडिलांचा मुंबईत व्यवसाय होता. माझे पालक आध्यात्मिक वृत्तीचे होते.' दीपक दोन वर्षांचे असताना दुर्दैवानं वडील वारले आणि तेराव्या वर्षी आई

गेली. उत्तर गुजरातेतल्या जुल्हासोण गावात दीपक शाळेत गेले आणि त्यानंतर अहमदाबादेत. त्यांनी व्यावसायिक शिक्षण सूरतमधून पूर्ण केलं आणि १९५७ मध्ये वैद्यकीय पदवी मिळवली. पुढे एक वर्ष जुनागडच्या व्ही एस हॉस्पिटलमध्ये उमेदवार म्हणून काम केलं.

पुढच्या शिक्षणासाठी १९५८ मध्ये इंग्लंड आणि नंतर अमेरिकेत येऊन पोहोचले. गुजरातचे माजी गृहमंत्री हरेन पंड्या हे दीपकचे जवळचे नातेवाईक होते. त्यांची २००४ मध्ये हत्या झाली. हरेन पंड्या यांच्या मुंजीच्या निमित्तानं सुनीता पहिल्यांदा गुजरातेत आली असं पंड्या कुटुंबीय मोठ्या अभिमानानं सांगतात.

अमेरिकेत ओहायोतील युक्लीड जनरल हॉस्पिटलमध्ये दीपक यांनी मेडिसिन विषयात उमेदवारी आणि निवासी प्रशिक्षण पूर्ण केलं. इथंच ते बोनी उर्सालिन त्सालोकर यांना भेटले. त्या स्लोव्हेनिअन वंशाच्या आहेत. त्यांचे आजी-आजोबा तिथले आहेत. बोनी यांच्या आई-वडिलांचा जन्म मात्र ओहायो इथं क्लीव्हलँडमध्ये झाला. बोनींचे आजोबा आणि वडिलांच्या मालकीचं तयार अन्नपदार्थांचं दुकान होतं. स्लोव्हेनिअन समाजात या कुटुंबाला मान होता. बोनीच्या वडिलांच्या कुटुंबात तीन मुली आणि चार मुलं होती. त्यांच्या आईकडे सहा बहिणी होत्या. 'आमचं कुटुंब आनंदी होतं, वीकएन्डसना गाणी म्हणायला, खेळायला आणि घरी बनविलेल्या स्लोव्हेनिअन पद्धतीच्या भोजनाची लज्जत चाखायला आम्ही एकत्र जमायचो.'

बोनींना दोन भाऊ आणि एक बहीण आहेत. 'माझी बहीण शिक्षिका आहे आणि तिला तीन मुली आहेत. ते सगळे कोलोरॅडोमध्ये राहतात. भाऊ टोनी व्हिएतनाममध्ये सैन्यात होता. तेहतीस वर्षांचा असताना एका मोटारसायकल अपघातात त्याचा मृत्यू झाला. दुसरा भाऊ हँक जनरल मोटर्स या अमेरिकन कंपनीमधून निवृत्त झाला.' दोघे भाऊ फुटबॉल आणि बास्केटबॉल खेळायचे आणि त्यांना कॉलेजमध्ये शिष्यवृत्ती मिळाली होती. साऱ्या कुटुंबाला संगीताची आवड होती आणि ते निरनिराळी वाद्यं वाजवायचे. त्यांची बहीण

पियानो वाजवायची, त्या स्वत: ॲकॉर्डियन, हँक सॅक्सोफोन अन् क्लॅरिनेट आणि टोनी गिटार वाजवायचा. त्यांचे वडील बांजो वाजवत असत आणि आई पियानो! मिळून त्यांनी जणू एक बँड तयार केला आणि सगळे जण, एक कुटुंब म्हणून त्यात गुंफून गेले.

बोनींना आठवतं: 'मला कॉलेजमध्ये संगीतासाठी शिष्यवृत्ती मिळाली होती पण त्याऐवजी मी युक्लीड जनरल हॉस्पिटलमधल्या एक्स-रे टेक्निशिअन स्कूलमध्ये जायचा निर्णय घेतला. दीपकला मी तिथेच भेटले. तो त्याच हॉस्पिटलमध्ये निवासी डॉक्टर म्हणून काम करत होता. आम्ही लग्न केलं आणि जय, दीना आणि सुनीला जन्म दिला.

'माझ्या पतीनं ओहायोमध्ये, क्लीव्हलँड इथल्या केस-वेस्टर्न रिझर्व्ह इन्स्टिटट्यूटमध्ये संशोधनाचं काम सुरू केलं. ते पुढे चालू ठेवण्यासाठी, सुनी एक वर्षांची झाल्यावर आम्ही मॅसेच्युसेट्समध्ये बोस्टनला जायचं ठरवलं. सुरुवातीला आम्हाला तिथं आवडलं नव्हतं आणि वर्षभरात ओहायोला परत जावंसं वाटायला लागलं. जसा काळ पुढे सरकला, तशी मुलं त्यांच्या उद्योगांत रमली आणि आम्हालाही मॅसेच्युसेट्स आवडायला लागलं.'

सुनीताच्या जन्मापूर्वी एक वर्ष दीपकना अमेरिकेचं नागरिकत्व मिळालं होतं. त्यांनी हार्वर्ड मेडिकल स्कूल आणि बोस्टन युनिव्हर्सिटी मेडिकल स्कूलमध्ये शिकवलं आणि बोस्टनजवळच्या अनेक हॉस्पिटल्समध्ये काम केलं. अमेरिकेच्या पूर्वेकडे शैक्षणिक आणि वैद्यकीय केंद्र म्हणून लोकप्रिय असलेलं बोस्टन पुढच्या अनेक वर्षांसाठी या कुटुंबाचं घर बनणार होतं.

ज्या शहरात सुनीता वाढली त्याबद्दल तिच्या मनात आनंदी आठवणी आहेत. 'ते छोटंसं आणि मस्त शहर आहे. माझ्या हायस्कूलमध्ये पाचशे मुलं होती, पण शहर इतकं छोटं होतं की तुम्हाला सगळेच माहीत आहेत असं वाटायचं. ते एक छान 'स्पोर्ट्स टाऊन' आहे.'

पंखांना बळ नीडहॅममध्ये

बालवाडी ते सहाव्या ग्रेडपर्यंत सुनीता हिलसाईड एलिमेंटरी स्कूलमध्ये गेली. त्यानंतर सात ते नवव्या ग्रेडपर्यंत न्यूमन ज्युनिअर हायस्कूलमध्ये शिकली. दहा ते बाराव्या ग्रेडपर्यंत नीडहॅम हायस्कूलमध्ये होती. तिच्या आवडत्या शिक्षिका होत्या श्रीमती अँजेला दिनापोली. सुनीताला त्यांनी पाचव्या ग्रेडमध्ये शिकवलं होतं.

काही वर्षांनी, सुनीता नासामध्ये मुलाखतीसाठी गेली होती. मुलाखतीनंतर तिनं ग्राऊंडवर थोडं जॉगिंग करायचं ठरवलं. ती ग्राऊंडवर असताना एक कार थांबली आणि त्यातून मुलाखतकर्त्यांपैकीच एक व्यक्ती बाहेर आली. 'तुमच्याशी बोलायला कोणीतरी उत्सुक आहे,' असं ती व्यक्ती म्हणाली. बघते तर काय! त्या श्रीमती दिनापोली होत्या. नीडहॅममध्ये त्या अंतराळ हा विषय शिकविण्यासाठी एक वर्ग घेत होत्या, त्याबद्दल काही माहिती विचारण्यासाठी 'नासा'मध्ये आल्या होत्या. सुनीताचा डोळ्यांवर विश्वासच बसेना! त्यानंतर, अगदी आजपर्यंत दोघी एकमेकींच्या संपर्कात आहेत.

अंतराळाबद्दल बोलण्यासाठी सुनी कितीतरी वेळा शाळेत गेली आहे. नुकत्याच, मॅसेच्युसेटस इथल्या बॅब्सन कॉलेजमधल्या व्हिडीओ कॉन्फरन्सिंग उपकरणाद्वारे, पॉलिकॉमच्या मदतीनं, श्रीमती दिनापोली यांच्या वर्गातल्या जवळजवळ सत्तर मुलांनी सुनीताशी गप्पा मारल्या. मुलांनी त्यांची लाडकी अंतराळवीर 'आयएसएस'मध्ये असलेली पाहिली. 'नासा'नं या व्हिडीओ कॉन्फरन्सिंगची व्यवस्था केली होती. पंधरा मिनिटांसाठी योजलेल्या व्हिडीओ कॉन्फरन्समध्ये सुनीता पंचेचाळीस मिनिटं थांबली.

तिनं विद्यार्थ्यांना अंतराळ स्थानकाची सहलदेखील घडवली. अंतराळ स्थानकाचा आकार प्रवासी विमानाएवढा आहे. गॅटोरॅड हे पेय हालवून, स्ट्रॉमध्ये ओढून त्याचा लाल, साखरी फुगा तयार कसा होतो हेही तिनं विद्यार्थ्यांना दाखवलं. मग तो साखरी फुगा सुनीतानं हवेतच गिळून टाकला! मुलं अक्षरशः झपाटली गेली होती. त्यांच्यामध्ये

अकरा वर्षांची रिबेका फिलीप्स होती. तिला सुनीताशी विशेष नातं जुळल्यासारखं वाटलं. रिबेकाही सुनीताप्रमाणेच स्पर्धात्मक पोहते आणि दोघींचे वडील डॉक्टर आहेत.

सुनीताला खेळ अतिशय आवडतात. विशेषत: पोहणं. 'शाळेआधी आणि शाळेनंतर मी बराच वेळ पोहण्यातच घालवायचे. स्पर्धात्मक पोहण्यासाठी ज्या काही अटी आणि नियम असतील त्या मी पूर्ण करायचेच. त्यात बराचसा वेळ जायचा. मग गृहपाठ आणि मित्रमैत्रिणींमध्ये पोहण्याचा वेळ बसेल यासाठी मी प्रयत्न करायचे.'

सुनीता शाळेतून घरी यायची, काहीतरी खाऊन गृहपाठ करायला बसायची. तिचे आई-वडील तिला पोहण्याच्या सरावाला घेऊन जातानाही ती अभ्यास करायची. घरापासून पोहण्याच्या तलावापाशी पोहोचायला पाऊण तास लागायचा. सरावानंतर, सुनीता घरी यायची आणि अजून अभ्यास करायची.

बोनी सांगतात, 'आम्ही गाडीतून पोहण्याच्या सरावाला जायचो तेव्हा ती मला नेहमी कोडी घालायची. कोणाचं गाणं रेडिओवर प्रसारित झालं? कोण गातंय? गाण्याचे शब्द काय? मला आठवतं, तिला ब्रूस स्पिंगस्टीन, जेम्स टेलर, स्टिली डॅन, टॉड रनग्रेन, डॅन फॉगेलबर्ग, क्वीन, एल्टन जॉन, शिकागो, अमेरिका, सुपरट्रॅम्प, फ्लिटवूड मॅक, पीटर गॅब्रिएल, ब्रूस हॉर्न्सबाय आणि द रेंज, स्टीव्ह विनवूड, यू २, एरोस्मिथ आणि रॉबर्ट पामर आवडायचे.'

जलक्रीडा : समरसून...

एका उन्हाळ्यात अमेरिकेतल्या, महिलांसाठी प्रसिद्ध असलेल्या आयव्ही लीग संस्थेच्या, वेलस्ली कॉलेजमध्ये सुनीता जीवनरक्षकाचं काम करत होती. मान मोडण्याइतकं काम असायचं. सकाळी पोहण्याचा सराव झाल्यावर ती परत यायची, मग सायकलवरून वेलस्ली कॉलेजला जायची. घरापासून तिथे पोहोचायला सुनीताला अर्धा तास लागायचा. जेवायला ती घरी यायची, परत जीवनरक्षक म्हणून कामाला जायची,

आणि मग पुन्हा घरी यायची.

दीपक तिला संध्याकाळी पोहण्याच्या सरावाला घेऊन जायचे. सरावानंतर, ती पुन्हा वेलस्ली कॉलेजला जायची आणि तिथे कॅम्पला आलेल्या दुर्बल मुलांना मदत करायची.

सुनीताला पोहणं अगदी मनापासून आवडायचं.

'ऑगस्टच्या शेवटी, फॉलमध्ये शाळा सुरू होण्यापूर्वी मुलांना पोहण्याच्या वर्गाला दोन आठवड्याची सुटी मिळाली. आम्ही शक्य असेल तेव्हा मुलांना कॅम्पिंगला घेऊन जायचो. एकदा आम्ही न्यू हॅम्पशायरला गेलो होतो. ते आमचं कॅम्पिंगचं आवडतं ठिकाण होतं. व्हाईट माऊंटन चढायचा, स्विफ्ट नदीमध्ये पोहायचं, धबधब्याखाली जायचं! एकदा आम्ही तिथं धमाल करत असताना, पावसाला सुरुवात झाली. घरी परतावं म्हटलं, तर आम्हाला कॅम्पर बंदही करता येईना. दुसऱ्या दिवशी पोहण्याची स्पर्धा होती. स्पर्धेला पोहोचता यावं, म्हणून कॅम्पर तिथेच सोडून दोनशे मैलांचा प्रवास करत परत जाऊ या, म्हणून सुनीतानं हट्टच धरला. तिला स्पर्धेला जाता यावं म्हणून सारं काही तिथेच ठेवून आम्ही परत आलो. दुसऱ्या दिवशी मी आणि माझा मुलगा कॅम्पर घरी आणण्यासाठी पुन्हा न्यू हॅम्पशायरला गेलो.' दीपक सांगतात.

मॅसेच्युसेट्समध्ये केंब्रिज इथल्या हार्वर्ड युनिव्हर्सिटी पूलमध्ये सुनीता-बरोबर पोहायला येणाऱ्या स्विमर्सबरोबर तिची खूप चांगली मैत्री होती. ते सारे दिवसातून दोनदा भेटायचे, त्यामुळे अगदी घरच्यासारखेच झाले होते.

त्यातल्या बऱ्याच जणांशी सुनीताचा अजूनही संपर्क आहे. सैनिकी जबाबदाऱ्या आणि सततच्या प्रवासामुळं काही जवळच्या मित्र-मैत्रिणींशी तिच्या गाठीभेटी कमी होत गेल्या. पण सुनीताच्या अवकाश कार्यक्रमाच्या बातम्यांमुळे जुन्या मित्र-मैत्रिणींनी सुनीताच्या आई-वडिलांशी आवर्जून संपर्क साधला आणि तिचा पत्ता, इ-मेल घेतला.

त्या सर्वांबद्दल ऐकून सुनीताला खूप आनंद झाला. ते सारे

सुनीताची चौकशी करत असतात हे तिला ठाऊक आहे! पृथ्वीवर परतून सगळ्यांना भेटण्यासाठी ती कमालीची उत्सुक आहे. तिला नेहमीच भरपूर मित्रमैत्रिणी होत्या. मैत्रीचं मूल्य ती उमजून होती. तिचा सहवास सगळ्यांनाच आवडायचा. ती सकारात्मक, आनंदी विचारांची आहे आणि तिला धमाल करायला आवडतं!' सुनीताची आई अभिमानानं सांगते.

सुनीची एक जिवलग मैत्रीण आहे, पॅम चेन तिचं नाव! – ती पशुवैद्य आहे. त्या अजून भेटतात, एकमेकींना लिहितात. सुनीताची आणखीन एक चांगली मैत्रीण म्हणजे चार्ली लोनस्. ती ओहायोला असते. २००६ च्या डिसेंबरमधल्या आयएसएसच्या लाँचला दोघीही हजर होत्या.

'त्या तिथं होत्या हे सुनीतासाठी विशेष होतं आणि आपली मैत्रीण इतकी कौतुकास्पद कामगिरी करते आहे हे त्यांच्यासाठी! सुनी अवकाशयात्री आहे हे समजल्यापासून काही स्विमर्सचे पालक आम्हाला भेटले. सुनी खूप खूप मोठी होणार, पुढे जाणार याची खात्री होती आम्हाला, असं ते म्हणाले! ती नेहमी स्वत:च्या क्षमता ताणायची. कोलंबिया किंवा येल युनिव्हर्सिटीमध्ये सुनीला सहज जाता आलं असतं पण तिनं अमेरिकन नेव्हल ॲकेडमीत जायचं ठरवलं, तेव्हा कोणालाच सुनीच्या निर्णयाचं आश्चर्य वाटलं नाही. हजार विद्यार्थ्यांमध्ये शंभर मुली, त्यातल्याही निम्म्याच पदवीधर झाल्या.' सुनीताचे वडील सांगतात.

वीकएंडला सुकडी अन पकोडे

कुटुंबाचा वेळ घालवायचा आवडता उद्योग कोणता याबद्दल बोनी सांगतात, 'आम्हाला ब्रिज खेळायला खूप आवडायचं. सुनी सगळ्यात लहान होती त्यामुळे ब्रिज खेळायला फारशी उत्सुक नसायची. पण जेव्हा आम्हाला डमीची गरज भासायची, तेव्हा ती नेहमी तयार व्हायची. टेनिसबाबतही तसंच. मला टेनिस खूप आवडायचं आणि

सुनीला त्यात फारसा रस नसायचा. पण आम्ही कोर्टबाहेर मारलेले चेंडू गोळा करायला ती तयार व्हायची.

'मोकळा वेळ मिळाला की आम्ही कॅम्पर बांधून कॅम्पिंगला निघायचो. सुनी आणि दीनाला माझ्याबरोबर कुकीज् बनवायला आवडायचं. मुलांना घेऊन दीपक आध्यात्मिक बैठकांना जायचा. तो मुलांना बोस्टनच्या सिटी हॉस्पिटलमधल्या संशोधन केंद्रात घेऊन जायचा आणि त्याच्या संशोधनाबद्दल सांगायचा.

'आम्हाला नौकाविहार करायलाही खूप आवडायचं. बोस्टनमध्ये चार्ल्स नदीवर नौकाविहाराचे वर्ग असायचे, त्याला आम्ही जात असू. नौकाविहार करायला तिथेच शिकलो आम्ही. आमच्याकडे सनफिश बोट, पडाव, विंडसर्फर होता. आम्ही वेलस्लीमध्ये जवळच्याच वेबॉन लेकवर नौकाविहार करायला जायचो.'

धमाल कुटुंब

या कुटुंबानं एकत्र घालवलेल्या घटनांच्या गुंफणीमधून एक सुंदर कोलाज तयार झालं होतं. दीपक, बोनी आणि दीनाला त्या घटना स्पष्ट आठवतात.

'एकदा आम्ही न्यू हॅम्पशायरमधल्या स्टोरीलँड नावाच्या थीम पार्कमध्ये गेलो होतो. आम्ही पोहोचलो तेव्हा पार्क बंद झालं होतं आणि आणि मुलांना तर ते पाहायचंच होतं. त्यांना आतमध्ये नजर टाकता यावी म्हणून आम्ही त्यांना कुंपणावर चढू दिलं. चढल्यावर मुलं घाबरली आणि खाली उतरली. एकटी सुनीताच कुंपणावर राहिली. तिथं बसून रडायला लागली. आम्हाला तिला खाली आणावं लागलं. तेव्हा पाच वर्षांची होती ती!'

✧

आम्ही यलो स्टोन नॅशनल पार्क, चेयेन, वायोमिंग, साऊथ डाकोटामधे बॅडलँडस्, प्राईस एडवर्ड आयलँड, कॅनडा, न्यूयॉर्क,

वॉशिंग्टन डीसी, फ्लोरिडा, डिस्ने वर्ल्ड आणि केप कॉड, तसंच न्यू इंग्लंडमधल्या कितीतरी ठिकाणी कॅम्पिंगला गेलो. सुनी लहानपणच्या कॅम्पिंगच्या आठवणीत रमते. आम्हालाही त्या आठवणी फार प्रिय आहेत. आजही मुलं त्या ट्रिप्सबद्दल बोलतात. आपले मित्र-मैत्रिणी आणि कुटुंबाबरोबर कॅम्पिंगला जातात. दीना आणि सुनी नुकत्याच मेनमधल्या अपलाचिअन ट्रेलच्या शेवटच्या शंभर मैलांवर हाईक करून आल्या. तो हाईक आव्हानात्मक होता, पण दोघींनी एकमेकींना पाठिंबा दिला आणि नऊ दिवसात हाईक पूर्ण केला.

'एकदा मी कामाला गेले असताना, दीपकनं सुनी आणि तिच्या चार मैत्रिणींना केप कॉड इथं कॅम्पिंगला नेलं. नंतर त्यानं मला फोन केला तो मुलींबद्दल तक्रार करायला! मुली कॅम्परमध्ये बाहेरून वाळू आणत होत्या, आणि त्याला ती सतत झाडावी लागत होती. सुनीतानं न्याहारीसाठी पॅन केक बनवले. तिचे केस मोठे होते तेव्हा. पॅनकेक उलटताना वाकल्यामुळे तिचे केस जळायला लागले. अर्थातच, मुलींना परत कॅम्पिंगला घेऊन जाणार नाही असं दीपकनं जाहीर केलं.'

✧

'आम्ही मेनमध्ये कॅम्पिंगला गेलो होतो तो आणखी एक प्रसंग! माझ्या बहिणीच्या दोन मुलींना आणि एका भाचीला आम्ही बरोबर आणलं होतं. आमच्याबरोबर एकूण सहा मुलं होती. खूप गरम होत होतं आणि मुलांना आयलंड पोहून जायचं होतं. आधी माझ्या मुलानं, जयनं पाण्यात उडी मारली, मग माझ्या मुलीनं, दीनानं आणि त्यानंतर सुनीनं, बाकी मुलीही पाण्यात शिरल्या, मग त्या सगळ्या नीट पोहोचताहेत ना, हे बघण्यासाठी मीही त्यांच्याबरोबर पोहत गेले. माझ्या पतीला आम्ही कपडे आणि शूज सांभाळायला दिले होते. तो दुसऱ्या किनाऱ्यावर होता. पोहून झाल्यावर आम्ही अनवाणी पायांनी आणि बेदींग सूटमध्येच खूप भटकलो. एक तासानंतर आमचे कपडे आणि शूज घेऊन तो आमच्यापर्यंत पोहोचला. आम्ही जेव्हा पोहलो,

तेव्हा पाणी खूप गार होतं (पंचावन्न डिग्रीज्) तरी किती मजा आली तेव्हा, ते अजून आठवतं मुलींना!'

✧

'आम्ही बोस्टन लाईट ते ॲक्वेरिअम या बोस्टन हार्बर मॅरेथॉन स्विमबद्दल ऐकलं, तेव्हा सुनीनं तिच्या भावाबरोबर, जयबरोबर जायचा निश्चयच केला. ते अंतर पंधरा मैल होतं. स्पर्धेच्या एक दिवस आधी, प्रवाह नीट कळावा म्हणून आम्ही बोस्टन हार्बरला गेलो. तिथे नावेतून पुढे गेलो. पाण्यात खूप जेलीफीश होते. तरीही मुलं नाउमेद झाली नाही. त्या दोघांनी स्पर्धेत भाग घेतला. जय दुसरा आला. सुनी तेव्हा अकरा वर्षांची होती आणि जय पंधरा!'

✧

'एकदा सुनी आमच्या मित्रांबरोबर पोहण्याच्या स्पर्धेला गेली होती, कारण आम्ही तेव्हा कॅम्पिंगला गेलो होतो. स्पर्धेनंतर आमच्या मित्रांनी तिला कॅम्पग्राऊंडवर आणलं. आम्ही सुनीला विचारलं, 'कशी झाली स्पर्धा?' ती म्हणाली, 'ओके' आणि इतर मुलांबरोबर खेळायला लागली. त्यावेळी ती सहा-सात वर्षांची असेल. आम्ही तिच्या बॅगमध्ये पाहिलं. त्यात वेगवेगळ्या प्रकारात पहिली आल्याची पाच पदकं होती. असा आहे सुनीचा स्वभाव! ती नम्र आहे.' बोनी कौतुकानं सांगतात.

✧

'एकदा आम्ही केप कॉडच्या समुद्रकिनारी होतो. सुनी सहा वर्षांची होती. तिनं एक मोठा वाळूचा किल्ला केला. आम्हाला हाक मारून तो बघायला बोलावलं. वाळूचा नेटकेपणानं बनवलेला तो किल्ला पाहिला पण आम्हाला सगळ्यात आश्चर्य वाटलं ते किल्ल्यावर तिनं 'राम' अशी अक्षरं हिंदीमध्ये कोरली होती ते बघून! मी मुलांना रामायण, महाभारतातल्या गोष्टी सांगत असे, पण त्यांना हिंदी लिहिणं

माहीत नव्हतं. पुस्तकातला 'राम' हा शब्द तिच्या लक्षात राहिला असावा. मला त्या प्रसंगाचं अजून आश्चर्य वाटतं.'

✧

'मला आठवतं, एकदा आम्ही स्कीइंगसाठी न्यू हॅम्पशायरला गेलो होतो. माझी आई आमच्याबरोबर आली होती. सुनी आणि आई क्रॉसकंट्री स्किईंगसाठी गेल्या आणि आम्ही डाऊनहिल स्किईंग करायला! तिथे आई पडली आणि तिच्या बोटाला जखम झाली. जय, दीना आणि सुनीनं इतकं केलं तिचं...आईला आमच्याबरोबर यायला आवडायचं, कारण आम्ही नेहमी काहीतरी आव्हानात्मक करायचो. आजी आणि नातीच्या क्रॉसकंट्री स्किईंगचं छायाचित्र घ्यायला वृत्तपत्राचा एक छायाचित्रकारही आला होता.'

✧

'पहिल्यांदा कॅम्पर घेतला तेव्हा आम्ही मॅसेच्युसेट्सच्या पश्चिम भागात, माऊंट मॅडनॉकवर गेलो होतो. आम्हाला पोहोचायला खूप रात्र झाली, त्यामुळे कॅम्परची जुळवाजुळवी करणं जमेना! शेवटी तिथल्या गाईडकडच्या स्पॉटलाईटची मदत घेऊन आम्ही तो जुळवला. दुसऱ्या दिवशी, पर्वत चढायचं ठरवलं. आई उत्साही होती, ती आमच्याबरोबर आली. जयनं बॅकपॅक घेतली आणि चढत पुढे गेला. आम्ही सारे मागे राहिलो आणि थोडे रागावलोही. कारण त्याच्याकडे खाणं आणि पाणी होतं. आम्ही इतके तहानलो होतो, की तिथल्याच झऱ्याचं पाणी प्यायलो. कोणी खाली उतरताना दिसलं की आम्ही अजून किती अंतर जायचंय असं विचारायचो. सगळे सांगायचे, फक्त पाच मिनिटं. मजल दरमजल करत आम्ही एकदाचे वर पोहोचलो, तोवर आईनं पर्वताच्या शिखरावर पोहोचण्याची आशा सोडूनच दिली होती. सुनी आणि दीनानं तिला धीर दिला आणि शेवटी आम्ही वर जाऊन थडकलो. तिथे जय होता. सगळे खाद्यपदार्थ घेऊन! पुढे गेला म्हणून नंतर त्याला वाईट वाटलं.' दीपक सांगतात.

नीडहॅम हायस्कूल

नीडहॅममध्ये मोठं होण्याचा सुनीतावर खूप परिणाम झाला. 'बोस्टनजवळ वाढल्यानं मी 'अतिहुशार' झाले.'

'मला वाटतं, तिथे सगळेजण करत असलेल्या गोष्टीची इतकी सवय होते, की सगळेजण कॉलेजला जातात; (म्हणून) मी पण कॉलेजला जाते आहे असं वाटायला लागतं. 'असं का?' हा प्रश्नच मनात येत नाही कारण तिथे आजूबाजूला इतकी विद्यापीठं, हॉस्पिटल्स आहेत, की तुम्हाला त्यात रस वाटतोच.'

सुनीता १९८३ मध्ये नीडहॅममधून उत्तीर्ण झाली. तिनं गणित आणि शास्त्र या विषयात प्राविण्य मिळवलं. अर्थात ती म्हणते की ती नंबर एक नव्हती, ठीक ठीक होती, पण ती वर्गामध्ये सर्व विषयात पुढे असायची आणि पोहण्यात तर तिनं शेकडो पदकं मिळवली.

हायस्कूलमध्ये सुनीता संघातली सर्वात उत्तम, पट्टीची पोहणारी होती. त्यामुळे सगळे तिच्याकडून जिंकण्याची अपेक्षा करायचे. पोहणाऱ्यांच्या संघाबरोबर ती इटली, कॅनडा आणि मेक्सिकोला जाऊन आली. हायस्कूलच्या विद्यार्थिनीसाठी तो उत्साहवर्धक अनुभव होता.

हायस्कूलमध्ये असतानाच, तिला सेवाभावी संस्थेकडून बोलावणं आलं होतं. तिनं शारीरिकदृष्ट्या दुर्बल मुलांना उन्हाळी कॅम्पमध्ये पोहायला शिकवलं. सुनी म्हणजे 'ब्राऊनी' होती. गर्ल स्काऊट असताना, तिनं शहरातल्या पोहण्याच्या, चालण्याच्या शर्यतीत भाग घेऊन सेवाभावी संस्थांसाठी निधी जमा केला होता.

तेव्हा तिला आवडणाऱ्या गोष्टी होत्या फुटबॉल, पोहणं, हॉर्सबॅक रायडिंग आणि पियानो वाजवणं. आईबरोबर निरनिराळे पदार्थ बनवायलाही तिला आवडायचं.

तिचे आई-वडील सांगतात, 'आम्हाला वाटतं, तिला उत्तम लहानपण मिळालं. ती खूप काम करायची, कायम काहीतरी करण्यात गुंतलेली असायची. गोंधळात, अडचणीत सापडायला वेळच नाही.

कायम नवीन गोष्टी शिकत आणि नवी आव्हानं स्वीकारत! मी तर म्हणेन की तो आमच्या सगळ्यांच्याच आयुष्यातला सुंदर काळ होता. सुनीचा स्वभावही पटकन मैत्री करण्याचा होता. तिला खूप मित्र-मैत्रिणी होते. तिनं अभ्यासाकडे कायम लक्ष दिलं आणि उत्तम गुण मिळवत गेली. दुसऱ्याला मदत करायला ती कायम तयार असायची. नवनव्या ठिकाणी जाणं, कॅम्पिंग करणं तिला आवडायचं. नीडहॅममधल्या तिच्या शाळेत, शिक्षकां-कडून आणि मित्र-मैत्रिणींकडून तिचं नेहमीच कौतुक झालं.'

सुनी जिथं मोठी झाली, त्या नीडहॅम शहरानं ठरवलं आहे की, सुनीच्या नावानं लहान मुलांसाठी एक क्रीडांगण हवं! तिथे अवकाशयानं असतील, प्रति अवकाश असेल, आणि लहानपणी सुनीनं वाचलेली, 'द लिटल इंजिन दॅट कुड, क्युरिअस जॉर्ज अँड द रॉकेट शिप' सारखी पुस्तकंही असतील.

सर्वात चांगला मित्र... पंड्या कुटुंबाचाही'

घरात कायम पाळीव प्राणी असायचे. नाताळच्या निमित्तानं पहिली कुत्री भेट म्हणून मिळाली तेव्हा सुनीता पाच वर्षांची होती. तिचं नाव ठेवलं लेस्ली. तिच्या एका तिरंगी कुत्र्याचं बोंजो असं लगेचच नामकरण झालं. आई बोनी आणि आजी जोसेफाईनवरून हे नाव तयार झालं. मुलं कॉलेजला गेली, तेव्हा बोनीनं ठरवलं, त्यांना एक काळी लॅब्रेडॉर रिट्रिव्हर द्यायची. तिचं नाव सॅसी. मात्र सुनीताची पहिली लॅब्रेडॉर होती, सॅसीचीच, चॉकलेटी रंगाची चर्पी. लहानग्या चर्पीला सोबत हवी म्हणून मग टर्बो आला, काळा, लॅब्रेडॉर रिट्रीव्हर. सुनीताच्या पतीनं तिला ही भेट दिली. आणखी एका काळ्या लॅब्रेडॉरचं त्याला शोभणारं नाव होतं - कोल. सुनीता आणि दीनानं केप कॉडमधून आईसाठी हा कुत्रा आणला होता. केप कॉडमधल्याच, कुत्र्यांच्या चांगल्या जातींची पैदास करणाऱ्याकडून सुनीता आणि तिच्या आईनं, पिवळसर लॅब्रेडॉर रिट्रीव्हर घेतली आणि दीनाला २००५ च्या नाताळात

भेट दिली, तिचं नाव एल्सी.

सहा वर्षांचा गोंडस जॅक रसेल टेरिअर, लाडानं त्याला 'सुनीता'ज् मिस्टेक' म्हणतात - कारण संपूर्ण कुटुंबात तोच एक छोटा कुत्रा आहे. तोही लॅब्रेडॉर नसलेला - सुनीताचा लाडका गॉर्बी - त्याचं छायाचित्र सुनीतानं आयएसएसमध्ये बरोबर नेलं होतं.

●

जल

सुनीताचा भाऊ जय, *युनायटेड स्टेट्स नेव्हल अ‍ॅकेडमी (युएसएनए)* मधून उत्तीर्ण झाला. त्याच वर्षी सुनीताचं शालेय शिक्षण पूर्ण झालं. तिला उत्तम गुण मिळाले होते. खरं तर, ती कोणत्याही प्रतिष्ठित आयव्ही लीग युनिव्हर्सिटीमध्ये प्रवेश घेऊ शकली असती, पण तिनं अ‍ॅकेडमीची निवड केली.

बोनींना आठवतं, 'आम्ही *'युएसएनए'*च्या पदवी समारंभाला जाण्याची तयारी करत होतो, पण सुनीला काही गोष्टी पूर्ण करण्यासाठी घरी थांबायचं होतं. नंतर, आम्हाला समजलं, तिला मित्रमैत्रिणींबरोबर हायस्कूल ग्रॅज्युएशन पार्टी करायची होती. तिचे सारे मित्रमैत्रिणी चांगले होते. अगदी जबाबदार आणि उत्तम वर्तणूक असणारे! त्यांनी खूप धमाल केली. घरात प्रवेश करण्यापूर्वी तिनं प्रत्येकाला चपला बाहेर काढायला सांगितल्या. आजूबाजूच्या कोणीही गोंधळ-गडबड झाली म्हणून तक्रार केली नाही. दुसऱ्या दिवशी ती विमानानं मेरीलँडला आली आणि आम्ही जयचं ग्रॅज्युएशन साजरं केलं. आम्हाला वाटतं, सुनीला पशुवैद्य व्हायला आवडलं असतं. पण नेव्हल अ‍ॅकेडमीमध्ये करिअरच्या इतर संधी समोर आल्या, आणि तिनं त्याचा फायदा घेतला. आम्हाला अजूनही वाटतं, एक दिवस ती नक्की प्राण्यांशी संबंधित काम करेल. सुनीचे प्राण्यांबरोबर आगळे ऋणानुबंध आहेत.'

सॅटर्न V रॉकेट इंजिनपाशी उभे असलेले भावी अंतराळवीर,
त्यात एक सुनीता विल्यम्स, १९९८

अंतराळवीर सुनीता लिन् विल्यम्स. स्पेसवॉकसाठी वापरल्या जाणाऱ्या EMU पेहरावात (स्पेसवॉक अर्थात एक्स्ट्राव्हेइक्युलर ॲक्टिव्हिटी) 'नासा'मधील प्रतिमा.

STS-116 क्रू - पुढील ओळीत (डावीकडून) अंतराळवीर पायलट विल्यम ए. ओफलेन, मिशन स्पेशलिस्ट जोॲन ई. हिगिनबॉथम, कमांडर मार्क एल्. पोलन्स्की, मागील ओळीत (डावीकडून) अंतराळवीर मिशन स्पेशलिस्ट रॉबर्ट एल. कर्बिम, निकोलस जे. एम. पॅट्रिक, सुनीता विल्यम्स आणि युरोपियन स्पेस एजन्सीचे क्रिस्तर फ्युगलसँग

केनेडी स्पेस सेंटर येथे T-38 विमानानं डिस्कव्हरीच्या उड्डाणासाठी शटल लँडिंग फॅसिलिटीमध्ये, लाँच डायरेक्टर माईक लेनबाख (उजवीकडे) STS-116 मिशन स्पेशलिस्ट सुनीता विल्यम्सचं स्वागत करताना. ७ डिसेंबर २००६

डिस्कव्हरीच्या उड्डाणासाठी सज्ज होताना, पेहराव चढवण्यापूर्वी मिशन STS-116 सदस्य न्याहारी करताना. डावीकडून मिशन स्पेशलिस्ट निकोलस पॅट्रिक, पायलट विल्यम ओफलेन, मिशन स्पेशलिस्ट जोॲन हिगिनबॉथम, कमांडर मार्क पोलेन्स्की आणि मिशन स्पेशलिस्ट सुनीता विल्यम्स, रॉबर्ट कर्बिम आणि क्रिस्तर फ्युगलसँग.

STS-116 मिशन स्पेशलिस्ट सुनीता विल्यम्स (डावीकडे) आणि जोॲन हिगिनबॉथम, संकटकाळात लाँच पॅडपासून तातडीने अलग होण्यासाठी बनवलेल्या, M-113 या सोयीसुविधांनी परिपूर्ण वाहकाची माहिती घेताना.

M-113 या सोयीसुविधांनी सज्ज वाहकावर सराव करण्यासाठी हेल्मेट घालून सज्ज असलेली सुनीता विल्यम्स.

'नासा' T-38 मध्ये सुनीता विल्यम्स, ह्यूस्टनमधील जॉन्सन स्पेस सेंटरमधून फ्लोरिडातील केनेडी स्पेस सेंटरकडे - लाँचसाठी तयार, डिसेंबर २००६

मिशन स्पेशलिस्ट क्रिस्टर फ्युगलसँग आणि सुनीता विल्यम्स, P-5 ही पोर्ट इंटिग्रेटेड ट्रस यंत्रणा तपासताना, मोहिमेतील प्राथमिक काम.

लाँचपॅड 39Bपाशी, लाँचपूर्वीच्या कामकाजातून काही काळ प्रसारमाध्यमांशी बोलताना मोहीम सदस्य.

स्पेस शटल डिस्कव्हरीच्या 'व्हाइट सॉलिड रॉकेट बूस्टर्स' आणि 'एक्स्टर्नल टँक'च्या पुढे मोहीम सदस्य.
डावीकडून कमांडर मार्क पोलेन्स्की, पायलट विल्यम ओफलेन, आणि मिशन स्पेशलिस्ट निकोलस पॅट्रीक, रॉबर्ट कर्बिम, क्रिस्तर फ्युगलसँग, जोॲन हिगिनबॉथम, आणि सुनीता विल्यम्स.

डिस्कव्हरीमधून उड्डाण करण्यापूर्वी 'व्हाइट रुम' मध्ये सुनीताला मदत करताना सदस्य.

39B लाँचपॅडच्या 'व्हाइट रुम'मध्ये STS-116 मिशन स्पेशलिस्ट सुनीता विल्यम्सला डिस्कव्हरीमध्ये जाण्यापूर्वी साहाय्य करताना सहकारी.

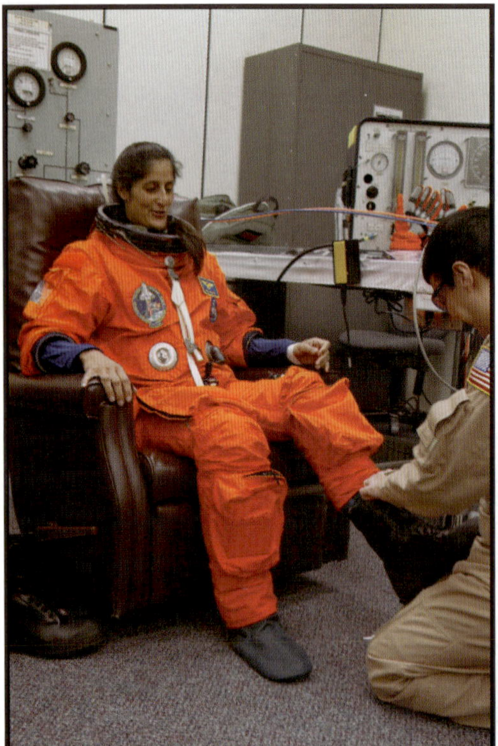

39B लाँचपॅडकडे जाताना सुनीता विल्यम्सला बूट घालण्यासाठी मदत करताना सहकारी.

डिस्कव्हरीमध्ये उड्डाणाच्या दुसऱ्या प्रयत्नात सुनीता विल्यम्स. STS-116 चा पहिला प्रयत्न केनेडी स्पेस स्टेशनवरील ढगांच्या दाटीमुळे पुढे ढकलण्यात आला.
७ डिसेंबर २००६

अवकाशयान डिस्कव्हरीनं मोहीम STS-116 लाँच पॅड 39B वरून उड्डाण केल्यावर मोबाईल लाँचर प्लॅटफॉर्मवर पाण्यानं उसळी मारली.

तेजोमय उड्डाण. डिस्कव्हरीची मोहीम STS-116. पाण्यातही प्रकाशमय तरंग उठले आहेत. ही डिस्कव्हरीची ३३ वी मोहीम आणि २००२ सालनंतरचे पहिले रात्रीचे उड्डाण.

अंतराळवीर सुनीता विल्यम्स नियोजित एक्स्ट्राव्हेइक्युलर ॲक्टिव्हिटी (EVA) मध्ये सहभागी होताना. आंतरराष्ट्रीय अवकाश स्थानकाबाहेर १६ डिसेंबर २००६ रोजी बांधणीचे काम करताना. हा स्पेसवॉक ७ तास ३१ मिनिटे चालला.

सुनीता भारतीय विद्यार्थी आणि पत्रकारांशी संवाद साधताना, दिल्लीतील अमेरिकन सेंटरमध्ये उपस्थित पहिले भारतीय अंतराळवीर राकेश शर्मा.

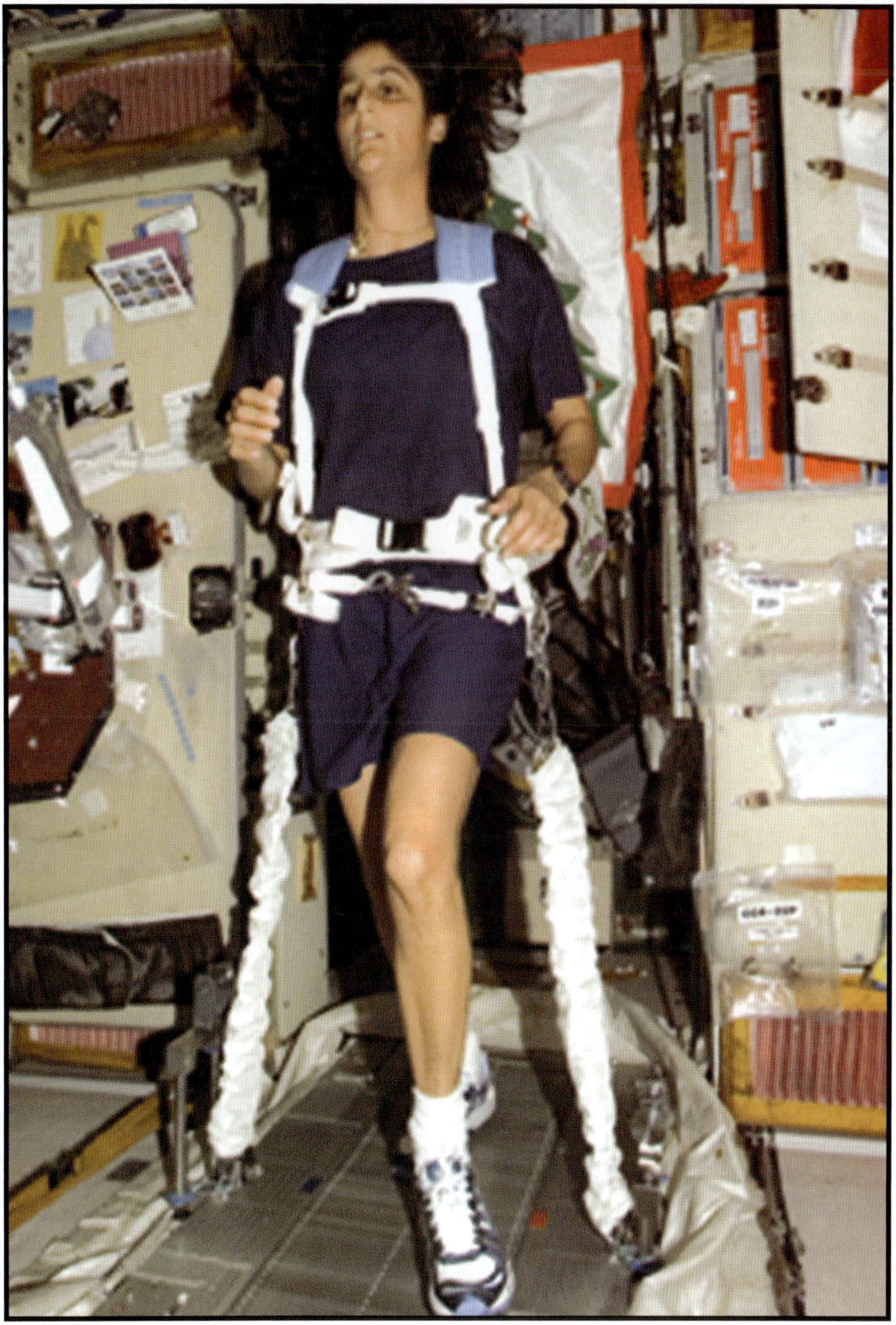

अंतराळवीर सुनीता विल्यम्स, मोहीम १४, फ्लाइट इंजिनिअर, 'बंगी हार्नेस'सह आंतरराष्ट्रीय अवकाश स्थानकातील 'ट्रेडमिल व्हायब्रेशन आयसोलेशन सिस्टीम' (TVIS) वर, झ्वेझ्दा सर्व्हिस मॉड्यूलवर सराव करताना. २८ डिसेंबर २००६.

१६ एप्रिल २००७ रोजी अंतराळातून बोस्टन मॅरेथॉन पूर्ण करणारी सुनीता विल्यम्स. ताशी सहा किलोमीटर वेगानं धावताना, ती प्रत्येक सेकंदाला पाच मैल अवकाशप्रवास करत होती. अशा रीतीनं स्थानकातल्या ट्रेडमिलवर मॅरेथॉन पूर्ण करतानाच तिनं जगाभोवती सुमारे तीन फेऱ्या पूर्ण केल्या. सुनीतानं मॅरेथॉन पूर्ण केल्याची नोंद - ४ तास, २३ मिनिटे, आणि १० सेकंद.

ग्रुप पोर्ट्रेट STS-117 आणि मोहीम १५चे सदस्य पुढची ओळ (डावीकडून) अंतराळवीर क्लेटन अँडरसन, मोहीम १५ फ्लाइट इंजिनिअर सुनीता विल्यम्स, STS-117 मिशन स्पेशलिस्ट कॉस्मोनॉट फ्योडोर एन. युर्चिखिन आणि रशियाच्या फेडरलस्पेस एजन्सीचे प्रतिनिधी, मोहीम १५चे कमांडर व फ्लाइट इंजिनिअर ओलेग व्ही कोत्योव्ह. मधली ओळ (डावीकडून) STS-117 पायलट अंतराळवीर ली आर्चम्बोल्ट आणि कमांडर रिक स्ट्रकचाव. मागील ओळ (डावीकडून) STS-117 मोहीम १५ मिशन स्पेशलिस्ट अंतराळवीर पॅट्रिक कॉरेस्टर, जिम रेली, स्टिव्हन स्वान्सन व जॉन 'डॅनी' ऑलिव्हस

---

१० जून २००७ रोजी STS-117च्या 'डॉकींग ऑपरेशन' दरम्यान निळ्या-पांढऱ्या पृथ्वीच्या पार्श्वभूमीवर आंतरराष्ट्रीय अवकाश स्थानकाला जोडलं जाणारं अटलांटिस. सौर तावदाने व स्टारबोर्ड ट्रसचे भाग आणि वरच्या भागात सोयुझ स्पेसक्राफ्टही दिसत आहे.

कॅलिफोर्नियातील नासाच्या एडवर्डस् एअर फोर्स बेसवर ड्रायडेन फ्लाइट रिसर्च सेंटरमध्ये मिशन STS-117 'टचडाऊन' अवकाशात १३ दिवस, २० तास, १२ मिनिटांनंतर अटलांटिस ऑर्बिट २१९वर आले. केनेडी स्पेस सेंटर येथील खराब हवामानामुळे ते कॅलिफोर्नियाकडे वळवण्यात आले. मेन गिअर टचडाऊनची नोंद आहे ३:४९:३८ संध्याकाळी (EDT) रनवे. २२ नोज गिअर टचडाऊनची नोंद ३:४९:४९

अटलांटिस पृथ्वीवर सुखरूप परतल्यानंतर केनेडी स्पेस सेंटरमधल्या 'नासा' न्यूज सेंटरमधे प्रसारमाध्यमे व कर्मचारी आनंद व्यक्त करताना. कॅलिफोर्नियातील एडवर्डस एअरफोर्स बेसवरील 'नासा'च्या ड्रायडेन फ्लाइट रिसर्च सेंटरवरील अटलांटिस दूरचित्रवाणी पडद्यावर दिसत आहे.

युएसएनए ही संस्था युनायटेड स्टेट्स नेव्ही आणि मरीन कॉर्पस्‌साठी अधिकाऱ्यांना पदवीपूर्व शिक्षण देते. ही संस्था वॉशिंग्टन डी. सी. जवळ ॲनापोलिस, मेरीलँड इथं आहे. इतर कोणत्याही संस्थेपेक्षा या संस्थेनं सर्वाधिक अंतराळवीर निर्माण केले आहेत, असं इथं अभिमानानं सांगितलं जातं.

सुनीताचे औपचारिक वर्ग चालू होण्यापूर्वीच तिनं ॲकेडमीमध्ये छाप पाडली होती. उन्हाळ्यामध्ये तिनं ॲकेडमीत विद्यार्थी म्हणून नाव नोंदवलं तेव्हा ती उत्तम व्यायामपटू म्हणून ओळखली गेली आणि त्यासाठी तिला विशेष पुरस्कारही दिला गेला. आत्तापर्यंतची तिची कामगिरी बघून तिला एक विशेष टी-शर्ट दिला गेला. ॲकेडमीमध्ये ती पहिल्या नंबरात नसली तरी जेती होती.

तिचे पालक सांगतात, 'ॲकेडमीमध्ये तुम्ही सहसा अभियांत्रिकी शिकता. काही प्रि-मेड, किंवा नेव्हल आर्किटेक्चर शिकतात. पण सुनीला नेव्हल आर्किटेक्ट व्हायचं होतं. तिच्या अभ्यासेतर छंदांमुळे, यामध्ये क्रॉस कंट्री रनिंग आणि ट्रॅक, स्पर्धात्मक पोहणं (पुढल्या वर्षी तिला पोहण्याच्या संघाची कप्तान होण्यासाठी मतं दिली गेली) होतं, त्यामुळे मुख्य विषयात तिला हवं तितकं यश मिळवता आलं नाही आणि तिनं ॲकेडमीमध्ये जनरल सायन्स हा मुख्य विषय निवडला.'

'तेव्हा सुनीताला जे हवं होतं, त्यात प्रयत्न करूनही ती अपयशी ठरली. लहान मुलांशी बोलताना ती ही गोष्ट अगदी ठासून सांगते. तुम्ही अपयशी ठरलात, तर ते इतकं वाईट नाही. प्रयत्न करत राहा, कधीतरी तुम्हाला नक्की यश मिळेल. जे तुम्ही ठरवलं आहे, त्यात नाही तर कदाचित त्याहूनही उत्तम कशात तरी! ती एक हजार विद्यार्थ्यांमधल्या पन्नास महिलांमधली एक म्हणून उत्तीर्ण झाली. १९८३ मध्ये *युएसएनए*ला जाणं हे एक महिला म्हणून सोपं नव्हतं. तिनं जे काही मिळवलं आहे त्यासाठी आम्हाला तिचं नेहमीच कौतुक वाटतं.'

स्मृतीस्तंभावर चढाई

अ‍ॅकेडमीमधला हर्नडन स्तंभ, हा कमांडर विल्यम लुईस हर्नडन (१८१३-१८५७) यांच्या स्मरणार्थ यूएस नेव्हीच्या अधिकाऱ्यांनी उभा केला आहे. कमांडर हर्नडन यांनी १२ सप्टेंबर १८५७ रोजी, नॉर्थ कॅरोलिनातल्या चक्रीवादळामध्ये, सेंट्रल अमेरिका नावाच्या पॅसिफिक मेल स्टीमरवर स्वतःच्या प्राणांची आहुती दिली. संकटप्रसंगी कॅप्टन आपली बोट सोडत नाही या सागराच्या पुरातन नियमानुसार, हर्नडन यांनी सहकाऱ्यांसाठी जीवनदान केलं. त्यांच्या स्मरणार्थ हा स्तंभ १६ जून १८६० पासून उभा आहे. अ‍ॅकेडमीमध्ये त्यानंतर पुन्हा बांधकाम झालं, पण स्मृतीस्तंभ कधीही हलवला गेला नाही.

वर्षाअंती, समारंभाचा एक भाग म्हणून, स्मृतीस्तंभावर डुकराच्या चरबीपासून बनवलेलं मिश्रण लिंपलं जातं आणि त्यानंतर विद्यार्थी तो स्मृतीस्तंभ चढण्याचा प्रयत्न करतात. त्यानंतर डिक्सी कप (विद्यार्थी परंपरेनं घालत असलेली टोपी) स्मृतीस्तंभावर ठेवतात. याने वर्ष यशस्वीरीतीने पूर्ण केल्याचं अधोरेखित केलं जातं.

डिक्सी कपसाठी गुळगुळीत स्मृतीस्तंभ चढण्याची परवानगी विद्यार्थ्यांनी महिलां-पैकी फक्त सुनीताला दिली होती. अर्ध्या वाटेवरून तिला जबरदस्तीनं खाली पाठवण्यात आलं. अर्थात तिनं ही चढाई केली ती कॅडेटच्या जोशात!

मायकेल जे. विल्यम्स (आता सुनीताचे पती), हायडी मूझर, डेबी क्लाट, विकी वेबस्टर, आणि रॉन हॅरीस हे सुनीताचे अ‍ॅकेडमीमधले जवळचे मित्र-मैत्रिण होते.

‘हायडी, डेबी आणि विकी या सुनीच्या अ‍ॅकेडमीमधल्या रूममेटस् आणि लग्नावेळच्या ब्राइडमेटस् होत्या. त्या सुनीच्या चाळिसाव्या वाढदिवशीच्या सरप्राईज पार्टीला केप कॉडला आल्या होत्या. अ‍ॅकेडमीमध्ये मोजक्या मुली असल्याने प्रत्येक प्रसंगाला त्या एकमेकींच्या पाठीशी असत.’

रॉन हॅरीस हा आंतरराष्ट्रीय दर्जाचा जलतरणपटू आहे आणि

आता ॲकेडमीमध्ये ॲथलेटिक्सचा संचालक म्हणून काम करतो. बोस्टन मॅरेथॉनसाठी सुनी आणि दीनाबरोबर त्यानं कितीतरी जणांना पळायला उद्युक्त केलं होतं. त्यानं सुनीसाठी विद्यार्थ्यांकडून 'सुनीज् अर्थ सपोर्ट टीम' असा बॅज बनवून घेतला.

मायकेलशी भेट आणि विवाह

युनायटेड स्टेट्स नेव्हल ॲकेडमीनं सुनीताच्या जीवनाला हरतऱ्हेनं आकार दिला. मायकेल विल्यम्सला ती इथंच भेटली. तो तिचा वर्गमित्र होता. मायकेल तिचा सर्वात जवळचा मित्र बनला आणि आता 'अठरा वर्षांपासूनचा प्रेमळ पती'!

ॲकेडमीतून बी. एस. ही फिजीकल सायन्समधली पदवी घेऊन सुनीता बाहेर पडली. तिला *युनायटेड स्टेट्स नेव्हल ॲकेडमी*कडून १९८७ सालच्या मे महिन्यात *युनायटेड स्टेट्स नेव्ही*मध्ये 'एनसाईन' कमिशन मिळालं.

सुनीता आणि मायकेलनं लवकरच विवाह केला. केप कॉडमधल्या वूडस् होलच्या सेंट जोसेफ चर्चमध्ये विवाहसोहळा संपन्न झाला. हे चर्च पुरातन आहे आणि मदर मेरीच्या नावानं, अनेक वर्षांची परंपरा असलेली बाग म्हणून तिचं आगळं महत्त्व आहे.

दीपक भावनावशतेनं सांगतात, 'विवाहाचा तो सूर्यप्रकाशानं भारलेला दिवस मला लख्ख आठवतो. सगळी फुलं झळाळत्या रंगात फुलली होती, सर्वत्र सुगंध पसरला होती, पक्षीदेखील त्या दिवशी विशेष सुरेल गात होते. अमेरिका, इंग्लंड, ऑस्ट्रेलिया आणि भारतातून आमचे खूप मित्र आणि नातेवाईक आले होते.'

व्यावसायिकदृष्ट्या, सुनीताला *नेव्हल कोस्टल सिस्टीम कमांड* इथं सहा महिन्यांचं तात्पुरतं काम मिळालं. तिथे तिला बेसिक डायव्हिंग ऑफिसर हे पद देण्यात आलं. त्यानंतर पायलट प्रशिक्षणासाठी ती नेव्हल एव्हिएशन ट्रेनिंग कमांडमध्ये रुजू झाली.

'मला वाटतं, तिला विहरणं आवडलं. *युएस नेव्हल ॲकेडमी*तून

पदवी घेऊन बाहेर पडल्यावर तुम्ही सरफेस लाईन, नेव्ही एअर, मरीन्स किंवा सबमरिन्सला जाऊ शकता. त्यातही नेव्ही डायव्हरसारखे काही पर्याय असतात. तिला नेव्ही डायव्हर बनण्यासाठी जायची इच्छा होती, पण तिथे फक्त एक जागा होती आणि अर्थातच त्यांच्या वर्गातल्या पहिल्या आलेल्यांना निवड करण्याची पहिली संधी मिळाली. तिला नेव्ही डायव्हर होता आलं नाही म्हणून तिनं नेव्ही एअरची निवड केली. फ्लोरिडातल्या पेन्साकोला इथं जागा मोकळी होण्यासाठी तिला वाट बघावी लागणार होती, त्या काळात तिनं युएसएनए मध्येच राहून कार्यालयीन कामकाज केलं. पेन्साकोलात हवाई प्रशिक्षणासाठी बोलावणं येईपर्यंत तिनं आपल्याकडे काम करावं म्हणून डाइव्ह गटानं तिला निमंत्रण पाठवलं.' तिचे वडील सांगतात.

अर्थातच, बऱ्याच पायलटची इच्छा असते ती फायटर जेट उडवण्याची, पण ते काम तिच्यासाठी नव्हतं. 'त्या वेळी, महिला कॉम्बॅट एअरप्लेन्स चालवायच्या नाहीत. त्यामुळे तिथे महिलांसाठी फार जागा नव्हत्या. मला माझी पहिली नाही तर दुसरी पसंती मिळाली – हेलिकॉप्टर्स!' सुनीता सांगते.

'मला ज्या अपयशांना सामोरं जावं लागलं त्याबद्दल मी नेहमी सांगते, कारण मला मुलांना नेहमी हे सांगावसं वाटतं, की कदाचित तुम्हाला काहीतरी हवं असेल, पण दुसरंच काही मिळेल. जे मिळालंय त्यात तुम्ही उत्तम काम केलं, तर, things sorta work out.'

नेव्हल एव्हिएटर

१९८९ सालच्या जुलै महिन्यात सुनीताची नेव्हल एव्हिएटर म्हणून नेमणूक झाली. तिचे वडील अभिमानानं सांगतात, 'ती फ्लोरिडामध्ये पनामा शहरात गेली. तिथं तिनं इतकं चांगलं काम केलं की त्यांनी तिला नेव्हल डायव्हर म्हणून काम करण्याबद्दल विचारलं. तिनं मग नेव्ही एअरला जायचं ठरवलं. आता तिच्याकडे दोन पदं होती. नेव्ही डायव्हर आणि नेव्ही एव्हिएटर. '*नासा*'मध्ये

अंतराळवीर म्हणून काम करताना तिला नेव्ही डायव्हर म्हणून मिळालेल्या प्रशिक्षणाची मदत झाली. पहिलं म्हणजे डायव्हर म्हणून काम करताना, फक्त एका ऑक्सिजन टँकच्या मदतीनं पाण्याखाली हालचाली करण्याची तुम्हाला सवय होते. (वजनरहीत अवस्थेचा सराव) दुसरं म्हणजे नेव्ही डायव्हरच्या कामाचा एक भाग म्हणून पाण्याखाली दुरुस्ती करणं, सोल्डरिंग, बोल्ट्स घट्ट करणं या साऱ्या कामांची सवय होते. हा अनुभव, वजनरहीत अवस्थेशी आणि स्पेसवॉकमध्ये अंतराळवीरांना कराव्या लागणाऱ्या कामांशी मिळताजुळता असतो.'

सुरुवातीच्या सीकनाईट ट्रेनिंग, H 46 साठी, सुनीता हेलिकॉप्टर कॉम्बॅट सपोर्ट स्क्वाड्रन ३ म्हणून रुजू झाली. प्रशिक्षण पूर्ण झाल्यानंतर व्हर्जिनियातल्या नॉरफोकमधे हेलिकॉप्टर कॉम्बॅट सपोर्ट स्क्वाड्रन ८, ही जबाबदारी तिला दिली गेली. तेव्हा तिनं भूमध्य समुद्र, लाल समुद्र आणि इराणच्या आखातात डेझर्ट शिल्ड आणि ऑपरेशन प्रोव्हाईड ऑफिसर म्हणून काम केलं. 'युएसएस सिल्व्हानिया'वर हरिकेन ॲन्ड्र्यू रिलीफ ऑपरेशनसाठी १९९२ सालच्या सप्टेंबरमध्ये फ्लोरिडातल्या मियामी इथं पाठवल्या गेलेल्या H 46 मध्ये सुनीतानं ऑफिसर-इन-चार्ज म्हणून काम केलं.

युनायटेड स्टेट्स नेव्हल टेस्ट पायलट स्कूलमध्ये सुनीताची निवड झाली आणि १९९३ च्या जानेवारीमध्ये अभ्यासक्रमाला सुरुवात झाली. डिसेंबर १९९३ मध्ये पदवी मिळाल्यावर तिची नेमणूक झाली ती रोटरी विंग एअरक्राफ्ट टेस्ट डायरेक्टोरेटला H 46 प्रोजेक्ट ऑफिसर म्हणून, तसंच T-2 मध्ये V-22 चेस पायलट म्हणून तिची नेमणूक करण्यात आली.

एका फील्ड ट्रिपमध्ये हेलिकॉप्टर उडवत असताना, सुनीता जॉन्सन स्पेस सेंटरमध्ये गेली. ती आणि तिच्याबरोबरचे काही हेलिकॉप्टर पायलटस् मागे बसले आणि तिच्या टेस्ट पायलट वर्गातले सगळे जेट पायलटस् पुढे बसले होते. जॉन यंग हे थोर अंतराळवीर त्यांच्याशी बोलत होते. ते स्पेस शटल आणि चंद्रावर जाण्याबद्दल सांगत होते.

चंद्रावर उतरण्यासाठी आपण हेलिकॉप्टर शिकलो असं जॉन यंग सांगत असताना, सुनीताचं त्यांच्या बोलण्याकडे लक्ष वेधलं गेलं.

तिच्या डोक्यात काहीतरी चमकलं आणि तिला जाणवलं, हेलिकॉप्टर पायलटस्चा चंद्रापर्यंतच्या प्रवासात उपयोग आहे. मनात विचार आला: 'मी अंतराळवीर बनू शकत नाही असं सांगणारी एकच व्यक्ती आहे- ती म्हणजे मीच.'

तिथे असताना, सुनीताची स्क्वाड्रन सेफ्टी ऑफीसर म्हणूनही नेमणूक झाली आणि तिनं SH-60B/F, UH-1, AH-1W, SH-2, VH-3,H-46, CH-53 आणि H-57 या फ्लाइटस्वर काम केलं. १९९५ सालच्या डिसेंबरला, नेव्हल टेस्ट पायलट स्कूलमध्ये, सुनीता रोटरी विंग डिपार्टमेंटला प्रशिक्षक म्हणून आणि स्कूलची सेफ्टी ऑफिसर म्हणून काम करू लागली. तिथे तिनं UH-60, OH-60, आणि OH-58 वर काम केलं. तिथून व्हर्जिनियातील नॉरफोक इथं USS Saipan (LHA-2) वर एअरक्राफ्ट हँडलर आणि असिस्टंट एअर बॉस या पदावर तिची नेमणूक झाली.

अंतराळ मोहिमेसाठी निवड

तरीही, अवकाशानं सुनीताला झपटलं होतं. त्यासाठी काय पात्रता लागते, याची तिनं चौकशी केली, पदव्युत्तर शिक्षण मिळवलं आणि अर्ज भरला. 'आणि काय सांगू... दुसऱ्यांदा अर्ज भरल्यावर मला मुलाखतीसाठी बोलावलं गेलं. त्यामुळे, मला वाटतं, मी खूप खूप नशीबवान आहे,' ती म्हणते.

USS Saipan वर सुनीताची नेमणूक 'ऑन बोर्ड' होती. तिची अंतराळवीर म्हणून निवड झाली ती १९९८ मध्ये. तिनं निरनिराळ्या तीस विमानांमध्ये २३०० फ्लाईट अवर्स उड्डाण केलं आहे.

'अशा रितीनं तिच्या करिअरनं उड्डाणांचं वळण घेतलं. पंखात बळ आल्यावर ती भराऱ्या मारू लागली आणि नंतर व्हर्जिनियात पॅक्स रिव्हर इथं टेस्ट पायलट स्कूल आणि पुढे अंतराळवीर म्हणून

सुनीता 'नासा'मध्ये जाऊन पोहोचली. मला वाटतं, नासा किंवा सैन्यातून निवृत्त झाली तर ती सरळ विद्यापीठात जाईल, डॉक्टर किंवा शिक्षक बनेल आणि एखादं शेत घेईल. अवकाश कार्यक्रमात अजून काम करण्याचा तिचा मानस आहे. संधी मिळाली तर चांद्रमोहिमेत सहभागी होण्याची तिची इच्छा आहे.' दीपक सांगतात.

●

वायू

'नासा'ला दिलेल्या भेटीनं सुनीताच्या मनात अधिक उंच भरारी मारण्याची, अवकाशात जाण्याची इच्छा प्रबळ झाली. ही इच्छा तिच्या मनात निर्माण झाली होती ती लहानपणीच! सुनीता पाच वर्षांची असताना तिनं नील आर्मस्ट्राँगला चंद्रावरून चालताना पाहिलं आणि विचार केला, 'wow! that's cool.' अवकाश मोहिमांबद्दलचे दूरचित्रवाणी कार्यक्रम बघताना ती भारून जायची.

'अवकाश प्रवासाबद्दल अध्यक्ष केनेडी यांना विशेष रस होता. मानव चंद्रावर गेल्याचं आम्ही दूरचित्रवाणीवर पाहिलं आणि त्यावेळी तिथे घडणाऱ्या महत्वपूर्ण आणि रंजक घडामोडीही - तिला त्या साऱ्यांची पूर्ण माहिती असायची. सुनीताच्या मनात कुठेतरी या साऱ्या घटना दडून बसल्या असाव्यात.' बोनी सांगतात.

या विस्तारलेल्या जगात शेकडो, हजारो पायलट आणि संशोधक असतील, पण अंतराळवीर मात्र आहेत शंभरामध्ये मोजता येण्याएवढे! सुनीताला अंतराळवीर बनण्यासाठी प्रयत्न करण्याची इच्छा होती. ती म्हणते, 'मनात मला वाटायचं, की प्रत्येकालाच अंतराळवीर बनण्याची इच्छा असते. आता मला काही प्रमाणात कळलंय, की ते तितकंसं खरं नाही.

माझ्या जीवनात हे घडेल असं मला खरंच नव्हतं वाटलं! ते

खूप खूप दूर वाटायचं, इतकं दूर की मला ते कधीच मिळवता येणार नाही!'

स्वप्नांच्या दुनियेकडे

सुनीतानं १९९८ ला 'नासा'मध्ये काम करायला सुरुवात केली आणि त्याच वर्षी अवकाश स्थानकाच्या प्रकल्पासाठी तिची निवड झाली.

मोहिमेच्या रशियन भागाची सखोल माहिती करून घेण्यासाठी, तिनं मॉस्कोत, रशियन स्पेस एजन्सीमध्ये, आयएसएस वर गेलेल्या पहिल्या मोहिमेतील गटाबरोबर बराच काळ व्यतीत केला.

काम अवघड आणि दमवणारं होतं. शारीरिक श्रम आणि क्षमतेची परीक्षा पाहणाऱ्या या कामात सखोल तांत्रिक आणि अभियांत्रिकी अभ्यासाचीही तितकीच गरज होती. प्राथमिक माहिती, दौऱ्यांपासून प्रशिक्षणाची सुरुवात झाली. त्यानंतर शास्त्रीय आणि तांत्रिक बाबींबद्दल प्रशिक्षण देण्यात आलं. 'शटल इंटरनॅशनल स्पेस स्टेशन सिस्टीम्स' संदर्भातल्या सखोल सूचना, शारीरिक प्रशिक्षण आणि 'ग्राऊंड स्कूल'बाबत प्रशिक्षण सुरू झालं. मोहिमेतला त्यांचा सहभाग, त्यांचं अवकाश यान, यांचा अभ्यास करण्यात सुनीतानं दीर्घ काळ घालवला. त्याच वेळी त्यांची भूमी, भाषा, पद्धती, संस्कृती आणि परंपरांबद्दल सुनीता जाणून घेत होती.

अगम्य आणि अभेद्य

आपल्या माहितीनुसार अवकाश - म्हणजे एक पोकळी आहे. मग तुम्हाला प्रशिक्षण नेमकं कशाचं मिळतं? पृथ्वीवरच्या मोहिमांमध्ये, अंदाज करता येतील अशा शक्यता, ठिकाणं समोर असतात. त्या आजूबाजूचं वातावरण आणि प्रत्यक्ष परिस्थितीशी जोडलेल्या असतात. पण अंतराळ? जे दुर्बोध आहे, त्याबद्दल तयारी कशी करणार? काही प्रमाणात अनुभव आणि काही प्रमाणात अंदाज यावर ती बेतलेली

असते. पण पृथ्वीवर त्याचा प्रशिक्षण कार्यक्रम कसा होणार?

तरीही, आधीच्या गटाचा अनुभव, अंदाज बांधू शकणारं तंत्रज्ञान आणि सर्वात महत्त्वाचं म्हणजे, भविष्यात डोकावून पाहण्याची मानवाची शक्ती या साऱ्याचा समावेश सुनीताच्या अतिशय कठीण प्रशिक्षण कार्यक्रमात होता.

T-38 फ्लाईट प्रशिक्षण, पाणी आणि वस्ती नसलेल्या ठिकाणी अस्तित्व टिकवण्याचं तंत्र आत्मसात करणं हा त्या थकवणाऱ्या प्रक्रियेचाच भाग होता.

अत्याधुनिक तंत्रज्ञान

दर शुक्रवारी तिला आठवड्याचा प्रशिक्षण कार्यक्रम मिळायचा. त्यामध्ये आयएसएसच्या दोन्ही बाजूंचं प्रशिक्षण असे. सुनीता जिथे जास्तीत जास्त काळ घालवणार होती त्या अवकाश स्थानकाबद्दल अधिकाधिक माहिती मिळवणं, हा कळीचा मुद्दा होता. त्याचबरोबर उष्णता यंत्रणा, ऊर्जा नियंत्रण आणि नियमन, शक्ती आणि हालचालींवर नियंत्रण असे विविध पैलू अभ्यासक्रमात होते. आणखी एक गोष्ट लक्षात ठेवायला हवी होती, ती म्हणजे, आयएसएस चे दोन भाग होते - रशियन आणि अमेरिकन. तिला दोन्ही बाजूंची माहिती करून घेणं गरजेचं होतं.

अंतराळ प्रवास आणि वास्तव्यामध्ये हालचालींवर बंधनं येतात. गुंतागुंत असलेल्या उपकरणांच्या जाळ्यात मानवी संवाद, सहभाग अशक्य असतो. तेव्हा रोबोटिक्स हा एक अतिशय महत्त्वाचा भाग ठरतो. आयएसएसच्या रोबोटिक्स शाखेमध्ये सुनीताला प्रदीर्घ आणि सखोल प्रशिक्षण घ्यावं लागलं. त्याला तांत्रिक भाषेत, 'स्पेशल पर्पज डेक्सटेरस मॅनिप्युलेशन' असं म्हणतात.

आपण जसा आपल्या विषयाचा-उद्योगाचा अभ्यास करतो, प्रशिक्षण घेतो, त्यासाठी अभ्यासक्रमही ठरलेला असतो; त्याचप्रमाणे अवकाश प्रशिक्षणाचंही आहे. अवकाश स्थानकात घडणाऱ्या रोजच्या घटनांचं

उदाहरण घेतलं जातं, अनुभव नोंदले जातात, पुन्हा तयारी केली जाते आणि अचूकतेपाशी पोहोचेपर्यंत प्रशिक्षण दिलं जातं. आपण जशा रोजच्या जगण्यातल्या अडचणी सोडवत असतो, तातडीची परिस्थिती आणि नादुरुस्तीच्या घटनांना तोंड देत असतो, तसंच प्रशिक्षण अवकाश स्थानकातील संभाव्य परिस्थितीसाठी दिलं जातं. त्यामुळे आयएसएसवर पाऊल ठेवल्यानंतर, येणाऱ्या प्रसंगाला, परिस्थितीला सामोरा जायला आणि परिस्थितीवर नियंत्रण मिळवण्यासाठी अंतराळवीर सज्ज असतो. शिक्षण घेताना आपण जसं गोष्टी बनवायला, दुरुस्त करायला आणि नव्यानं जोडायला शिकतो, तसंच, सुनीता शिकली. कारण अवकाश स्थानक हा प्रगतीशील आणि सुरूच राहणारा प्रकल्प आहे.

विश्व एक शिंपला

क्षमता ताणणाऱ्या तयारीदरम्यान, सुनीताला जोडणीची, तसंच ट्रेनर जेटस्वर अनेक कामं करावी लागली. अंतराळातल्या जीवनाची नक्कल करत, तिथे जगण्याचा सराव करत असताना काही अघोषित, निकडीचे प्रसंग जाहीर केले जायचे, त्यामुळे संयत राहून अवघड परिस्थितीतून मार्ग काढण्याचा 'फील' यायचा. या अभ्यासक्रमामुळं सुनीताला जगातल्या निरनिराळ्या ठिकाणी असलेल्या तज्ज्ञांशी अंतराची दरी कमी करत, संवाद साधता आला – रशिया, कॅनडा, ब्राझिल आणि जपानमधल्याही. अंतरं तोडून एकमेकांच्या जवळ येणं हा आयुष्याचा भाग बनला आहे, पृथ्वीवर असलेल्या आपल्यासाठी सुद्धा!

वॉटरबेबी

अवकाशात चालणं हे पाण्यामध्ये चालण्यासारखं आहे असं मानलं जातं. अवकाशात चालण्याची कल्पना सुनीतानं केली होती, पण पाण्यामध्ये चालण्याची कधीच केली नव्हती. सुनीताला, हेही करावं लागलं आणि तेही सोयीस्कर, पोहण्याच्या पेहरावात नाही तर बोजड

अशा अवकाश पोशाखात. ती पट्टीची पोहणारी होती, आणि खेळात करिअर करण्याची तिची इच्छा होती. पण पाण्याची ही आवड तिला पाण्याखाली नऊ दिवस राहण्याची संधी देईल असं कधीच वाटलं नव्हतं.

नॅशनल ओशिएनिक अँड अॅटमॉसफिअरिक अॅडमिनिस्ट्रेशन्स अंडर-सी लॅबोरेटरी इथल्या अॅक्वेरिअसमध्ये सुनीतानं हेदेखील यशस्वीपणानं केलं. *'नासा'*च्या *एक्स्ट्रीम एनव्हायर्नमेंटस् मिशन ऑपरेशन्स* (NEEMO) मध्ये *NEEMO'02* ची नवीन सदस्य म्हणून!

अॅक्वेरिअसमधल्या वेगळ्या वातावरणामुळे ते एक उत्तम प्रशिक्षण स्थळ बनतं. अवकाश स्थानकातल्या सहा महिन्यांच्या वास्तव्यासाठी तयारी करताना सुनीता विल्यम्स हिनं अखंड आठ वर्ष, दमवणारं, क्षमता ताणणारं, शिस्तबद्ध प्रशिक्षण घेतलं आहे.

अवकाश

STS-116 च्या सहकाऱ्यांबरोबर ९ डिसेंबर २००६ रोजी स्पेसशटल लाँच झालं आणि ११ डिसेंबर २००६ रोजी सुनीता आयएसएसला पोहोचली.

सकाळी सुनीता उठली ती 'here comes the sun' या बीटल्सच्या गाण्या-सोबतच. काळ पुढे सरकला. अर्थात अवकाश स्थानकात, सुनीताच्या दृष्टीनं मात्र त्याचा वेग कमी झाला नाही. तिला आठवड्यातून तीन सुट्या घेता यायच्या. विविध संस्कृतींमधून आलेल्या सर्व सहकाऱ्यांच्या सोयीनुसार सुटी जुळवून घ्यावी लागायची. अर्थात तिथे घालवलेल्या काळातही विरंगुळ्याचे क्षण होतेच. अवकाशातील तिचे प्रयोग सुरू झाले ते स्वयंपाकाची आवड जोखत, सुशी बनवताना! वजनरहीत असल्यानं वसाबी (पेस्ट) सगळीकडे विखुरली गेली. आणि मग ती स्वच्छ करण्यात सुनीताचा चांगल्यापैकी वेळ गेला. आता कोणतीही प्रशिक्षण पुस्तिका, अवकाशात विहरणारी वसाबी कशी साफ करावी हे सांगत नसल्यानं, या कामात तिला अनुभव नसल्याचं सिद्ध झालं. मसालेदार, हिरव्या रंगाचं द्रावण वेष्टणातल्या सॅमनबरोबर उघडताना नळीतून बाहेर उडालं.

अवकाश स्थानकातल्या सदस्यांना त्यांच्या आवडीच्या खाद्यपदार्थांची काही पाकिटं दिली जातात. अवकाशात असताना त्यांना तिथं टिकून

राहता यावं म्हणून! आता प्रत्येक गोष्टच वजनरहीत, त्यामुळे सांडलेलं अन्न साफ करणं हे काही छोटं काम राहात नाही. ‘वसाबी सगळीकडे हिंडत असताना, तो वास अवकाश स्थानकाच्या बाहेर काढणं हा एक मोठा उद्योग झाला.’ तिच्या दुर्दैवानं, वसाबीची पिशवी तशीच बाजूला ठेवायला लागली. सुनीता नंतर म्हणाली, ‘मला नाही वाटत आम्ही पुन्हा त्याचा वापर करू. ते खूपच धोकादायक आहे.’

आंतरराष्ट्रीय अवकाश स्थानक

आयएसएस पृथ्वीच्या कक्षेत साधारण तीनशे साठ किलोमीटरवर आहे. त्याच्या प्रवासाचा सर्वसाधारण वेग ताशी २७, ७४४ किमी आहे. हे स्थानक एका दिवसात पृथ्वीच्या कक्षेत १५.७ फेऱ्या पूर्ण करतं. आयएसएसच्या लाँचपासून ते सुनीता तिथे जाईपर्यंत स्थानकानं पृथ्वीभोवती ४६,००० फेऱ्या पूर्ण केल्या होत्या.

हा प्रकल्प मुख्यत: पाच संस्थांकडून हातात घेण्यात आला आहे. *नॅशनल एरोनॉटिक्स अँड स्पेस एजन्सी, रशियन फेडरल स्पेस एजन्सी, जपान एरोस्पेस एक्सप्लोरेशन एजन्सी, कॅनेडियन स्पेस एजन्सी आणि युरोपियन स्पेस एजन्सी (इएसआय), ब्राझिलिअन स्पेस एजन्सी (बीएसए) आणि इटालियन स्पेस एजन्सी ‘नासा’* बरोबर वेगळ्या करारानुसार काम करतात. इटालियन स्पेस एजन्सी ही स्थानकाच्या बाह्यरचनेसाठी काम करते. २८ जानेवारी १९९८ मध्ये स्वाक्षरी झालेल्या आंतरराष्ट्रीय करारानुसार आंतरराष्ट्रीय अवकाश स्थानकाच्या कायदेशीर बाबींची पूर्तता करण्यात आली. पंधरा शासनांचा या प्रक्रियेत समावेश होता. त्यामध्ये अमेरिका, कॅनडा, जपान आणि रशियन फेडरेशनसह *युरोपियन स्पेस एजन्सीचे (इएसए)* अकरा सदस्य होते.

आयएसएसच्या उभारणीसाठी चाळीसहून अधिक फ्लाइट्स तसंच ‘युटिलायझेशन फ्लाइटस्’ची जोडणी करावी लागते. याशिवाय, २०१० सालपर्यंत तीस ‘प्रोग्रेस एअरक्राफ्ट फ्लाइट्स’कडून आकडेवारी पुरवण्यात येणार आहे. अवकाश स्थानकात जाणाऱ्या वाहनांद्वारे प्रयोगासाठी

उपकरणे, इंधन आणि गरजेच्या वस्तूंचा पुरवठा केला जाईल : द शटल, द रशियन प्रोग्रेस, द युरोपिअन एटीव्ही (ऑटोमेटेड ट्रान्स्फर व्हेईकल), आणि द जॅपनीज एचटीव्ही (H-II ट्रान्स्फर व्हेईकल). जुळणी पूर्ण झाल्यावर, अवकाश स्थानकाकडे १००० क्युबिक मीटरचा प्रेशराइज्ड व्हॉल्यूम, ४,००,००० किलोग्राम्सचा मास, १०० किलोवॅट्सचे पॉवर आऊटपुट, १०८.४ मीटर लांबीचा ट्रस, ७४ मीटर लांबीची मोड्यूल्स आणि सहा सदस्य असतील.

आंतरराष्ट्रीय अवकाश स्थानक प्रथमच सूर्यापासून ऊर्जा मिळवेल. सौरऊर्जेच्या माध्यमातून सूर्यप्रकाशाचे विजेमध्ये रूपांतर करण्यात येईल. त्यासाठी अवकाश स्थानकाला बसवलेली सौर तावदाने कार्यरत असतील. इतर अनेक बाबींबरोबरच, वातावरणाचा दाब, प्राणवायूची पातळी, पाणी आणि आग विझवण्याची साधने पुरवण्याची आणि नियंत्रित करण्याची जबाबदारी आयएसएस एनव्हायर्नमेंटल कंट्रोल अँड लाईफ सपोर्ट सिस्टीमवर आहे. या साहाय्य यंत्रणेकडून अवकाश स्थानकातील वातावरणाच्या दाबाला सर्वाधिक महत्त्व दिले जाते. ही यंत्रणा पाणी साठवण्याबरोबरच सदस्यांच्या मलमूत्राचेही व्यवस्थापन करते. विशेष तऱ्हेनं बनवलेल्या 'चारकोल फिल्टर्स'च्या मदतीनं मानवी चयापचयाद्वारे होणाऱ्या उत्सर्जनाचे व्यवस्थापन केले जाते.

अंतराळातील सहकारी

सुनीताबरोबर, अवकाश मोहिमेमध्ये सहभागी झाले होते, मिशन कमांडर मार्क पोलन्स्की, पायलट विल्यम ओफेलिन, मिशन स्पेशालिस्ट निकोलस पॅट्रिक, लीड स्पेसवॉकर बॉब कर्बिम आणि युरोपियन स्पेस एजन्सीचे प्रतिनिधी होते क्रिस्तर फ्युगलसँग.

सुरुवातीपासूनच विविध संस्कृतींमधल्या सदस्यांच्या गटाची आणि स्वत:च्या भारतीय वंशाची सुनीताला कल्पना होती. त्यामुळे ती म्हणाली होती, 'मी अर्धी भारतीय आहे आणि मला माहीत आहे की भारतीय वंशाच्या दुसऱ्या अंतराळवीरानं अवकाशात झेपावण्याची, सर्व भारतीय

वाट बघत आहेत. जगातल्या निरनिराळ्या ठिकाणचे सदस्य इथे येताना, आपल्यासारख्याच काही जणांच्या मनात अवकाशाबद्दल रस निर्माण करतात ही किती चांगली गोष्ट आहे!'

आध्यात्मिक सोबत म्हणून सुनीतानं भगवद्गीता, गणेशाची एक छोटी मूर्ती आणि तिच्या वडिलांनी लिहीलेलं हिंदी भाषेतलं एक पत्र सोबत नेलं होतं. 'मी आणि बाबा बसलो असताना, ते नेहमी भगवद्गीता आणायचे आणि मला वाचून दाखवायचे. त्यामुळे लहान असतानाही मला कधी गोंधळायला झालं नाही. सगळे धर्म समान असतात याची जाणीव मला गीतेनं करून दिली...'

गोवा अन् पंजाबचा स्वाद

*युनायटेड स्पेस अलायन्स*समोर केप कॅनाव्हेरल इथल्या एका गोवन रेस्टॉरंट मालकानं एक आकर्षक टिप्पणी केली आहे. 'सुनीता विल्यम्स यांच्या विनंतीवरून अंतराळ मोहिमेच्या सदस्यांनी ७ डिसेंबर २००६ रोजी, 'टेस्ट ऑफ गोवा'मध्ये जेवण केलं. अवकाशात नेण्यासाठी सुनीतानं बोनलेस तंदुरी (भाजलेली) बनवायची विनंती केली. त्याबरोबर चपात्या, सामोसे, चिंचेची चटकदार चटणी आणि तिखट चटणीही...'

एकत्र जेवणाच्या वेळी जेव्हा समोर साग पनीर आणि छोले आले तेव्हा अवकाशात सुनीताबरोबर असणाऱ्या इतर सदस्यांमध्येही काहीसं भारतीयत्व झिरपलं. त्यांना पदार्थांची चव खूपच आवडली आणि लवकरच सामोसे चाखायला मिळतील असं सुनीताकडून कबूल करून घेतलं गेलं. 'त्यांना जरा तिखट लागलं असेल जेवण, कारण भात, रोटी किंवा रायता नव्हता ना बरोबर,' युएस स्टेट डिपार्टमेंटच्या वेबसाईटवर तिनं अवकाशामधला हा अनुभव सांगितला आहे. 'मला आता लवकरात लवकर सामोसे मिळतील अशी आशा आहे.' सुनीताच्या 'बोनस' खाद्यपदार्थांमध्ये कितीतरी भारतीय पदार्थ होते - पकोड्यांबरोबर पंजाबी कढी - दही आणि सांबार बरोबर कटलेट - आणि मटर

पनीर. अवकाशात दीर्घ काळ टिकतील अशा रीतीनं हे पदार्थ सीलबंद करण्यात आले होते.

'मानसिकदृष्ट्या हे फार महत्त्वाचं ठरतं,' अवकाश स्थानकाचे आहारतज्ज्ञ पॉला हॉल यांनी बोनस खाद्यपदार्थांबाबत सांगितलं. 'आहारात विविधता असणं, काही 'सरप्राइजेस' असणं खरंच गरजेचं आहे. तुम्हाला आनंदी बनवेल, तुमच्या चेहऱ्यावर स्मित फुलवेल, असं खाणं असणं आवश्यक आहे. भारतीय पद्धतीचं चविष्ट तंदूर चाखताना क्रूच्या चेहऱ्यावर स्मित दिसलं असेल हे निश्चित!'

विक्रम स्पेसवॉकचा

आंतरराष्ट्रीय अवकाश स्थानकामध्ये व्यायाम ही एक अतिशय महत्त्वाची गोष्ट होती. हाडं आणि स्नायूंचं सूक्ष्म गुरुत्त्वबल राखण्यासाठी व्यायामाची आवश्यकता होती. नेहमीच्या व्यायामात, मिनि ट्रायथलॉन इतका व्यायाम, म्हणजे पंचवीस मिनिटांचं बायकिंग, वीस मिनिटांचं धावणं (२.७ किमी), पोहण्याशी साधर्म्य असणाऱ्या अनेक कोलांट्या उड्या यांचा समावेश होता. त्याबरोबर स्नायू सक्षम आणि निरोगी राखण्यासाठी वजनं उचलणं, पायांनी वस्तू उचलणं हेदेखील समाविष्ट होतं.

चालणं, हा प्रकार मात्र केवळ अवकाश स्थानकाच्या आत करण्यापुरता मर्यादित नव्हता. सुनीता आणि तिचा सहकारी बॉब कर्बिम १६ डिसेंबर २००६ रोजी आयएसएसच्या बाहेर पडले. ७ तास ३१ मिनिटांच्या अथक प्रयत्नांनंतर त्यांनी आंतरराष्ट्रीय अवकाश स्थानकाला विद्युत्प्रवाह पुरवणाऱ्या प्रणालीची दुरुस्ती केली. पुन्हा ३१ जानेवारी आणि ४ व ९ फेब्रुवारीला तिने मायकेल लोपेझ-अलेग्रिया बरोबर ६ तास ४० मिनिटांचा स्पेसवॉक पूर्ण केला. तोवर सुनीता विल्यम्सनं २९ तास १७ मिनिटांचा स्पेसवॉक पूर्ण करून कॅथरिन सी. थॉर्नटनने केलेल्या महिला अंतराळवीरांमधील सर्वाधिक स्पेसवॉकचा विक्रम मोडला.

१४००० हा स्पर्धक क्रमांक असलेला नेव्ही टी शर्ट घालून, ट्रेडमिलवर पळत सुनीतानं ४ तास २४ मिनिटात मॅरेथॉन पूर्ण केली. या प्रक्रियेमध्ये तिनं १,२१,६०० किलोमीटर प्रवास केला. म्हणजे जगाभोवती सुमारे तीन फेऱ्या. तिनं पृथ्वीवर चाललेली मॅरेथॉन लॅपटॉपवर बघितली. तेव्हाच तिच्या बहिणीनं, दीनानं, अंतराळवीर कॅरन नायबर्गसह जमिनीवर मॅरेथॉन पूर्ण केली.

'स्पेसवॉक हा खरोखर उल्लेखनीय अनुभव होता.' अंतराळवीर सुनीता सांगते, 'तुम्ही ३६० अंशात पाहू शकता, आणि तुम्हाला सगळं लख्खं दिसतं याचा मला इतका विस्मय वाटत होता. तुम्हाला क्षितिज संर्पूणतः बघता येतं, पृथ्वीचं वळण आणि सगळे तारे सुद्धा! ते दृश्य अप्रतिम होतं. आणि आम्हाला नॉर्दन लाईटस् पाहण्याची संधी मिळाली. ते दृश्य काहीसं वेगळं असलं तरी सुंदर होतं. हिरवट सावली पृथ्वीवर पडत होती. इतरांनाही ते दृश्य बघताना खूप छान वाटलं.' अवकाशात विहरताना, बाहेर बघताना, सुनीताला भूगोलाचे धडे पुन्हा शिकल्यासारखं वाटलं.

११ जानेवारी २००७ रोजी पीएसएलव्हीच्या यशस्वी उड्डाणानंतर, तिनं भारतीय अंतराळ संशोधकांना अभिनंदनाचा संदेश पाठवला.

स्थल-कालाच्या मर्यादेपलीकडे

हॅम रेडिओ चालकांना अंतराळवीरांशी बोलण्याची परवानगी होती आणि दूरवर राहणाऱ्या, न्यूयॉर्क, ऑस्ट्रेलिया आणि कॅलिफोनिर्यातल्या मंडळींशी सुनीता बोलायची. आता याची कल्पना करा : तो पाण्याखाली तीन किलोमीटरवर आणि ती वातावरणाच्या कक्षेत ३४५ किलोमीटरवर आहे. ते दोघे लहान, ठरीव जागेत काम करतात. बाहेरच्या अनंत, स्वच्छ विस्ताराकडे बघत. त्याला सूर्याचं दर्शन होत नाही. तो खोल खोल अंधारात आहे आणि ती दिवसाला पंधरा वेळा सूर्योदय पाहते... अर्थात तिला जर सूर्योदय पहाण्याइतका वेळ मिळाला तर!

दोघेही संशोधक! पाण्याखाली संशोधन करणारा टिम शांक्स

आणि अवकाश प्रवासी सुनीता विल्यम्स २७ जानेवारी २००७ रोजी, रेडिओद्वारे एकमेकांशी बोलले. पंधरा मिनिटांच्या संवादात, दोघांनी विद्यार्थी, शिक्षक आणि श्रोत्यांच्या प्रश्नांना उत्तरं दिली, 'हाय, अलविन, हे पृथ्वीच्या पृष्ठभागापासून २५० मैल उंचीवर असलेलं आंतरराष्ट्रीय अवकाश स्थानक आहे,' सुनीतानं सुरुवात केली.

दोघांनी निरनिराळ्या वातावरणात परकीय जीव पाहिले का? असा एक प्रश्न होता. 'आम्ही इथे वर तर काही पाहिलं नाही, पण मला खात्री आहे, तिथे खोलवर तू नक्की काही विचित्र पाहिलं असशील,' सुनीता म्हणाली.

'अगदी खरं आहे सुनी,' शँक्स म्हणाला, 'इथे खोलवर असे काही जीव अस्तित्वात आहेत... की मलाच परकीय वाटायला लागतं. आपण दोघंही अतिशय निराळ्या वातावरणांमध्ये राहात आहोत.' त्या वेळी दोघांनी 'स्टेटस एन्व्ही'च्या खुणाही दाखवल्या. 'ए, आपण कामांची अदलाबदल केली तर, काय वाटतं तुला? सागराच्या जमिनीवर राहतानाचा अनुभव घ्यायला मला खूप आवडेल. तू कधी ये ना इथे वर,' 'मलासुद्धा खूप आवडेल तिथं यायला!' शांक्स उत्तरला.

उत्तरं प्रश्नांची...

डिलवर्थ एलिमेंटरी स्कूलच्या 'गिफ्टेड अँड टॅलेंटेड' शैक्षणिक कार्यक्रमाच्या चौथ्या आणि पाचव्या ग्रेडच्या चोवीस विद्यार्थ्यांमध्ये औत्सुक्य आणि सळसळता उत्साह होता. त्यांना संधी मिळाली होती, ॲमेच्युअर रेडिओद्वारे सुनीता विल्यम्सला प्रत्येकी एक प्रश्न विचारण्याची! काही प्रश्न आणि उत्तरं वाचायलाच हवीत.

प्रश्न: बाह्य अवकाशात लक्षात राहण्यासारखं दृश्य कोणतं आहे?

उत्तर: मला वाटतं, इथे सर्वात लक्षात राहण्यासारखं दृश्य म्हणजे पृथ्वी बघणं. आपण सुंदर जगात राहतो.

प्रश्न : तुमच्या पाऊलखुणांवर चालणाऱ्या मुलांना कोणता संदेश द्याल तुम्ही?

उत्तर : जर कोणाला अंतराळवीर व्हायचं असेल तर, ते शक्य आहे असं मला वाटतं. काही गोष्टींची खूणगाठ मनात बांधायला हवी : तुम्हाला जे काम आवडतं, किंवा जो व्यवसाय आवडतो, तो मन लावून करा. अंतराळवीर बनण्यासाठी विविध क्षेत्रातल्या माणसांची आवश्यकता असते. दुसरं म्हणजे, आरोग्य उत्तम ठेवा.

प्रश्न : आंतरराष्ट्रीय अंतराळ स्थानकात पोहोचण्यासाठी किती वेळ लागतो?

उत्तर : अवकाशात येण्यासाठी आम्हाला साडेआठ मिनिटं लागली, पण आंतरराष्ट्रीय अवकाश केंद्रात पोहोचण्यासाठी दोन दिवस! याचं कारण असं, की आम्हाला दोन्ही 'स्पेस क्राफ्ट्स'ची जुळणी करायची होती, आणि त्याला जरा वेळ लागतो.

प्रश्न : भविष्यातल्या अंतराळवीरांना तुम्ही काय सल्ला द्याल?

उत्तर : एक सल्ला असा, की साहसी बना. आरोग्य उत्तम ठेवण्याचा प्रयत्न करा. आरोग्याला गृहीत धरू नका. सातत्यानं नवीन गोष्टी शिकण्याचा प्रयत्न करा म्हणजे तुम्ही खूप पुढे जाल.

नववर्षाभिनंदन

नवीन वर्षाची संध्याकाळ नेहमीच विशेष असते, मग तुम्ही पृथ्वीवर असा, किंवा अवकाशातल्या आयएसएस क्रूबरोबर! 'आम्ही चंद्र पाहिला - जवळजवळ पूर्ण चंद्र, नवीन वर्षसंध्येला आमच्या मागे उगवलेला,' सुनीता उत्साहित होऊन म्हणाली. अवकाश केंद्राच्या लॉगबुकमध्ये एका कवितेची नोंद करण्याची प्रेरणा तिला याच दृश्यामुळे मिळाली.

एक जानेवारी २००७

आम्ही खिडकीबाहेर पाहतो आणि ध्यानात येतं की आम्ही आहोत
स्वर्गाच्या सर्वात जवळ असलेली माणसं
आम्ही पृथ्वीकडे बघतो, आणि अवघड जात नाही विश्वास ठेवणं
तिथले अब्जावधी जीव काय साध्य करू शकतात यावर
आमचे विचार पिंगा घालू लागतात भूतकाळात
आज जे आहे त्याला आकार देणारे कष्ट अन् त्याग
त्यांच्या कष्टांचं फळ म्हणून आम्ही सूर्यकिरणांनी वल्हवतो नाव
अनंत अन् शाश्वत प्रवाहात
जगाच्या सौहार्दाचं अन् मैत्रीचं प्रतीक आहे आजचं यश
ते चेहरे, भाषा, झेंडे - विहरणारे
आम्हीही देऊ करतो अवघं जीवन, आमच्या आधीच्या कितीतरी जणांसारखंच
भविष्यातल्या मानवतेच्या आशेसाठी
उद्याच्या संशोधकांनो, तुम्हीच आहात आमची प्रेरणा
सारं जग, एक देश बनून शोधकार्य चालूच ठेवण्यासाठीची

एप्रिल फूल

सुनीता विल्यम्सनं आंतरराष्ट्रीय अवकाश केंद्रात प्रथमच स्थापलेल्या छोट्याशा जीवशास्त्र प्रयोगशाळेतही काम करण्याचा अनुभव घेतला.

या मिनि-लॅबचं नाव आहे LOCAD-PTS (लॅब ऑन ए चिप ॲप्लिकेशन डेव्हलपमेंट – पोर्टेबल टेस्ट सिस्टीम). ही लॅब, अवकाशयानाच्या पृष्ठभागावर जमणारे जिवाणू आणि बुरशी नेहमीच्या पद्धतींपेक्षा अधिक वेगानं शोधून काढते. अंतराळवीरांना अवकाश स्थानकातच विश्लेषण करता यावं आणि पृथ्वीवरच्या प्रयोगशाळांमध्ये नमुने पाठवण्याची गरज भासू नये म्हणून LOCAD-PTS डिझाईन करण्यात आलं.

सुनीतानं ३१ मार्च २००७ रोजी LOCAD-PTS ची जुळवाजुळव

केली आणि अनेक निरीक्षणं नोंदवली. सारी उपकरणं व्यवस्थित काम करताहेत याची खात्री करण्यासाठी तिनं पहिली दोन निरीक्षणं नोंदवली आणि मग जिवाणू असू शकतील अशा, केबिनच्या आजूबाजूच्या अनेक बाबींचीही! उपकरणांवर नोंद चांगली झाली. आणि हो, जिवाणूही नोंदवले गेले.

'नमुना जितका स्वच्छ - नेटका, तितकं विश्लेषण करायला अधिक वेळ लागतो,' असं प्रयोगाचे मुख्य संशोधक श्री. वेनराईट यांनी खात्रीपूर्वक सांगितलं. 'नमुना स्वच्छ असल्यानं बारा मिनिटं लागली, जर खराब नमुना असता, तर दोन मिनिटात विश्लेषण होऊ शकतं. दीर्घ अवकाश मोहिमांसाठी सूक्ष्म जीव शोधू शकण्याची क्षमता असणं महत्त्वाचं ठरतं. केवळ अंतराळवीरांचं आरोग्य तपासण्यासाठी नाही तर बुरशी लागून खराब होऊ शकणाऱ्या 'इलेक्ट्रॉनिक्स आणि स्ट्रक्चरल मटेरिअल'चं परीक्षण करण्यासाठीही याचा उपयोग होऊ शकेल.' त्यांनी पुढे सांगितलं.

ग्रीनविच मीन टाइमनुसार एक एप्रिलच्या मध्यरात्रीनंतर सुनीता म्हणाली, 'ओह, LOCAD-PTS वरच्या या शेवटच्या नोंदी विचित्र आहेत.' पाच सेकंदाच्या स्तब्धतेनंतर तिच्या सहकाऱ्यांना आश्चर्य वाटेल अशा तऱ्हेनं ती उद्‌गारली, 'हॅपी एप्रिल फूल्स डे! द नंबर्स आर जस्ट फाईन!'

दिनापोलीच्या वर्गासह

श्रीमती अँजेला दिनापोलीच्या विद्यार्थ्यांबरोबर तिनं संपर्क ठेवला होता. बॅब्सन कॉलेजच्या विद्यार्थ्यांबरोबर सुनीताची काही प्रश्नोत्तरं झाली ती अशी :

प्रश्न : अवकाशातला तुमचा आवडता खाद्यपदार्थ कोणता?

उत्तर : टोर्टियावर पीनट बटर आणि मार्शमेलो. पृथ्वीवरही माझा आवडता पदार्थ हाच आहे.

प्रश्न: तुम्हाला कोणाची सर्वात जास्त आठवण येते?

उत्तर: माझा कुत्रा गॉर्बी, जॅक रसेल टेरिअर

प्रश्न: अवकाशात असण्यातली सर्वात चांगली गोष्ट कोणती?

उत्तर: तुम्हाला काही हवं असेल तर शिडीची आवश्यकता भासत नाही, हवं त्या ठिकाणी जाण्यासाठी मला जरासं हलावं लागतं, इतकंच. अगदी 'खाली डोकं वर पाय' करण्यासाठी सुद्धा.

प्रश्न: तिथे वर असताना तुम्ही काय शिकलात?

उत्तर: पृथ्वी विशाल आणि सुंदर आहे, तिला कोणत्याही सीमा नाहीत, ना विभागणारी कुंपणं आहेत; कोणी कोणत्यातरी विशिष्ट भागासाठी लढावं, इतकंच काय पण त्याबद्दल भांडावं, हेदेखील अनाकलनीय आहे!

धन्य शेजार

शेजाऱ्यांना सुनीताचा खूप अभिमान वाटतो, असं तिचे आई-वडील सांगतात. 'त्यातले कितीतरी जण सुनीबरोबर आमच्याकडे घरगुती समारंभांना आले आहेत. सुनी अंतराळवीर आहे आणि ते एका अंतराळवीराला ओळखतात याचं त्यांना खूप कौतुक वाटतं. ते सारे एकच गोष्ट सांगतात : ती किती साधी आहे! तिच्याशी बोलणं किती सोपं आहे. प्रत्येकाला अगदी मोकळेपणानं तिचे अनुभव सांगते. सुनीताला अजिबात गर्व नाही.

ज्या मंडळींना सुनीता माहीत आहे त्यांना तिच्या यशाचं आश्चर्यही वाटत नाही. ती जे करते त्यात वरपर्यंत पोहोचते. ती उल्लेखनीय आहे, कारण ती इतकी साधी आहे, साधी दिसते आणि तरीही किती मोठा पल्ला गाठला तिनं! अमेरिका आणि बोस्टनमधल्या कितीतरी लोकांना तिच्या अवकाश स्थानकातल्या कामाचा विस्मय वाटला, कौतुक वाटलं.'

●

तेज

जगभरात हजारो लोक तिला आदर्श मानतात; तिच्या पालकांना तिचा अभिमान आहे; सुनीता एक उल्लेखनीय नागरिक आहे असं तिच्या नीडहॅम शहरला वाटतं; आणि भारतातले कितीतरी जण ती त्यांची असल्याचा दावा करतात.

कोण आहे सुनीता विल्यम्स? असामान्य इच्छाशक्ती, शिस्त आणि निश्चय असलेली एक 'सामान्य व्यक्ती'!

साधी सुरुवात

सुनीताला मोठं करणं हा एक आनंद होता कारण ती अगदी चांगलं वागणारी मुलगी होती असं तिची आई बोनी सांगते. 'तिनं कोणत्याच गोष्टीचा कधी बाऊ केला नाही, आणि आम्ही सांगितलेलं कायम ऐकलं. आम्हाला खरेदीला जायला खूप आवडायचं आणि खरेदी संपली की आम्ही तिच्यासाठी कँडी घ्यायला आमच्या आवडत्या कँडी शॉपमध्ये जायचो. तिच्याबरोबर असणं मजेचं होतं. तिचं व्यक्तिमत्त्व उत्फुल्ल आहे. आम्हाला एकमेकींबरोबर राहायला खूप आवडायचं.'

'अर्थात, सुनीताला वाढवणं एका तऱ्हेनं त्रासाचं गेलं, कारण ती जेव्हा अगदी छोटी होती, तेव्हा रात्री अजिबात झोपायची नाही. त्यावेळी दीना होती तीन वर्षांची आणि जय चार वर्षांचा! मोठ्या

दोघांकडे बघता बघता मी इतकी दमून जायची की कधी एकदा गादीला पाठ टेकते असं व्हायचं. तिला दूध दिल्यावर पाळण्यात ठेवलं की मी झोपायला जायची. माझा डोळा लागतो न् लागतो, तोवर सुनी रडायला लागायची. तिला घेऊन मी येरझाऱ्या घालायचे, झोपली की तिला पाळण्यात ठेऊन परत झोपायचे. ती परत रडायला लागायची. एकदा खूपच रडली आणि मी तिला घेऊन खूप येरझाऱ्या घातल्या, शेवटी तिला आमच्या पलंगावर नेलं. मग लगेच झोपली. दुसऱ्या दिवशी मला कळलं, बिचारीच्या कानाला इन्फेक्शन झालं होतं.'

'सुनीचे केस खूपच लांब होते. ती रोज दोनदा पोहायला जायची, त्यामुळे तिचे केस सतत ओले असायचे. सुनी पुढचे आणि कडेचे केस विंचरायची आणि पाठीमागे तसाच गुंता असायचा. मी गुंता काढायचा हळूवार प्रयत्न केला, तर तिला ते आवडायचं नाही. तिचे तिलाच केस विंचरायचे असायचे. मला वाटतं बराच काळ तिचे केस असे गुंतलेलेच असायचे. सुनीच्या बाबतीत तक्रार करावी अशी ही एकच गोष्ट आहे. बाकी विचाराल, तर तिच्याबरोबर असणं खरंच मजेचं, आनंदाचं आहे.'

थरारक चित्रपट नापसंत

सुनीताचे वडील दीपक तिच्या आवडत्या पदार्थांबद्दल सांगतात. स्पगॅटी अँड मीट बॉल्स, पीनट बटर अँड फ्लफ, पिझ्झा, आइस्क्रिम, मॅकेरोनी अँड चीज, टोमॅटो सूप, बेगल्स, क्रीम चीज अँड सॅमन, सामोसे, गुलाबजाम, जॅम, लोणची, कढी-पकोडा, पाणी-पुरी, दाल ढोकरी, शेवया, रस मलाई आणि सगळ्या भाज्या, भारतीय रोटी, नान, पराठा आणि जवळजवळ सर्व भारतीय मिठाया. कुटुंबासाठी बोनी सगळ्या प्रकारचे भारतीय पदार्थ आणि मिठाया करायला शिकल्या आहेत.

'मला माहीत आहे की तिला थरारक चित्रपट बघायला आवडत

नाही. तिला विनोदी, प्राण्यांचे आणि लहान मुलांचे चित्रपट आवडतात. लहान मुलांच्या सिनेमांमध्ये साध्या, गमतीच्या पद्धतीनं संदेश दिलेला असतो, तो आम्हाला वाटतं, तिला भावतो. ती जेव्हा लहान मुलांशी अवकाशाबद्दल बोलते तेव्हा तीही तसंच करायचा प्रयत्न करते.

'प्रत्येक सुट्टीत शाळेतून परत आल्यावर ती ख्रिसमस शो आणि विनोदी कार्यक्रम बघायची. घाबरवणाऱ्या गोष्टींशिवाय इतर कशाची तिला भीती वाटते असं मला तरी वाटत नाही.'

पंड्या कुटुंबात मुलांचं एकमेकांशी सरळ-साधं नातं होतं, असं त्यांचे पालक सांगतात. 'काही वेळा दोन मोठ्या मुलांमध्ये मारामारी-भांडणं व्हायची कारण त्यांच्यात फक्त तेरा महिन्यांचं अंतर होतं. सुनी जयपेक्षा चार आणि दीनापेक्षा तीन वर्षांनी लहान होती. सुनीचं जय आणि दीना दोघांशी चांगलं जमायचं. दोघंही तिचे आदर्श होते. त्या सगळ्यांनी खूप अभ्यास केला आहे. शाळेत उत्तम गुण मिळवले आहेत आणि त्यांना मिळालेला मोकळा वेळा पोहण्यात आणि स्पर्धांमध्ये घालवला आहे. त्यामुळे तिघंही वेळेचं नियोजन उत्तम प्रकारे करून अत्यंत कार्यक्षम बनले.'

भावापाठोपाठ नेव्हल ॲकेडमीत

जयनं प्रथम *नेव्हल ॲकेडमी*मध्ये जायचं ठरवलं आणि मग सुनीतानं त्याच्या पावलावर पाऊल टाकायचा निर्णय घेतला. १९७९ साली पहिल्यांदा ॲकेडमीमध्ये महिला पदवीधर झाल्या, त्या जयला वरिष्ठ होत्या. ॲकेडमीमध्ये महिला असणं जयला फार आवडत नसलं, तरी त्यानं सुनीला सांगितलं की ती त्यातली एक होऊ शकते आणि तिथे उत्तम काम करू शकते. चार वर्षांचा फरक असल्यानं १९८३मध्ये जय पदवी घेऊन बाहेर पडला त्याच वर्षी सुनीतानं ॲकेडमीत प्रवेश केला. १९८७ मध्ये सुनीता पदवीधर झाली.

'जयला वाहन परवाना मिळाल्यावर तो सुनी आणि दीनाला

पोहण्याच्या सरावाला घेऊन जायचा. मी तेव्हा काम करायचे. तो माझ्या ऑफीसमध्ये चालत यायचा, गाडी घ्यायचा आणि मग मुलींना सोडायला जायचा.'

सॅन डिॲगोमध्ये नेव्हल ऑफीसर म्हणून जेव्हा जयची नेमणूक झाली, तेव्हा त्यानं स्किइंग करायला सोबत सुनीला बोलावलं. त्यांनी खूप चांगला वेळ एकत्र घालवला! जेव्हा तो हवाईला होता, तेव्हा त्यानं दीनाला बोलावून घेतलं, त्यांनीही खूप मजा केली. जय नेहमीच खूप प्रेमळपणानं वागायचा, आणि बहिणींना आपल्या आयुष्याचा भाग बनवायला, त्यांच्याबरोबर वेळ घालवायला कायम उत्सुक असायचा.

बंधुप्रेम आणि पॉयझन आयव्ही

युएसएनए मधून पदवी घेतल्यावर जयला स्पोर्ट्स कार मिळाली. तो तीन वर्षांसाठी फिलिपिन्सला जाणार होता म्हणून त्यानं गाडी सुनीला दिली. तिला स्पोर्ट्स कार खूप आवडली, पण दुर्दैवानं, गाडीत असताना तिला अपघात झाला. *युएसएनए*च्या कनिष्ठ वर्गात असताना, रिंग डान्स असतो. त्यात विद्यार्थ्यांना रिंग मिळतात. सात समुद्रांचं पाणी एकत्र करून रिंग त्यात घातल्या जातात.

हा विशेष कार्यक्रम असतो आणि विद्यार्थी खास व्यक्तीला आपल्या बरोबर नेतात. सुनीतानं वडिलांना बोलावलं. ते निघायच्या तयारीत होते आणि तेवढ्यात सुनीचा फोन आला, की ती रिंग डान्सला येऊ शकत नाही.

नंतर तिच्या पालकांना कळलं की ती एका वळणावर रस्त्याकडेच्या बांधावर गेली होती आणि पॉयझन आयव्हीच्या झुडुपात (या झुडुपामुळे अंगावर पुरळ व सूज येते) अडकली. तिला लागलं नाही पण चेहरा सुजला, इतका की तिचे डोळे बंद झाले होते. *युएसएनए*मधल्या सुनीताच्या शिक्षकानं त्यांना फोन केला आणि घडलेली घटना सांगितली. तिच्या स्पोर्ट्स कारचा तो शेवट होता. सुदैवानं ती या अपघातातून सहीसलामत बचावली.

शिस्तबद्ध जीवन

दीनाला आठवतं: 'मला वाटतं, लहान असताना सुनीवर जर कोणत्या गोष्टीचा प्रभाव असेल तर तो होता खेळांधल्या शिस्तीचा. खूप लहान वयातच तिला कळलं होतं, की जर काही मिळवायचं असेल तर त्यासाठी तिला कष्ट करावे लागतील. ती नेहमी १६५०, ५००, ४००, इंडिव्हिज्युअल मिडले पोहायची. बाकी पोहणारे पंचवीस किंवा पन्नास यार्ड पोहून जिंकायचे पण सुनी नेहमी तिच्या सहनशक्तीची परीक्षा बघणाऱ्या शर्यतीत भाग घ्यायची. ती काही कायम जिंकायची नाही, पण बरोबरीच्यांना तिचं कौतुक वाटायचं. आमचे शेजारी म्हणायचे, 'तुम्ही कधीच घरी बसत नाही का? तुम्हाला ये जा करताना बघून आम्हीच दमून जातो.'

'भावाला आणि बहिणीला खूप काम करताना सुनीनं पाहिलं होतं. तिला त्यांच्यासारखंच व्हायचं होतं. माझी मुलं सशक्त, निरोगी होती, त्यांना काम करण्याची, काहीतरी मिळवण्याची इच्छा होती. सारी उल्लेखनीय विद्यार्थी आणि उत्तम व्यायामपटू होती.'

आव्हान जीवनाचं

ती जेव्हा हायस्कूलमध्ये होती तेव्हा तिनं पूर्ण केलेली बोस्टन मॅरेथॉन हा तिच्यासाठी खूप मोठा विजय होता. तो दिवस प्रसन्न होता. मी आणि सुनी अंगणात काम करत होतो. त्या दिवशी बोस्टन मॅरेथॉन होती आणि आम्ही रेडिओवर बातम्या ऐकत होतो. मॅरेथॉन जिथून सुरू होते तिथे घेऊन जाशील का, असं तिनं मला विचारलं. मी हो म्हणाले. आम्ही पटकन गाडीमध्ये बसलो आणि सुमारे वीस मैल अंतर कापत गेलो. तिला पळण्याचं प्रशिक्षण नव्हतं, फक्त पोहणं माहीत होतं. पोहण्यापूर्वी प्रशिक्षक व्यायाम म्हणून थोडं धावायला लावायचे तितकंच. तिनं उंच शूज घातले होते. मी तिला दहा सेंटस् दिले. कुठे अडकली तर मला फोन करण्यासाठी बरोबर असावे म्हणून! मी अर्ध्या रस्त्यात, मॅसेच्युसेट्समध्ये वेलस्ली इथं तिची

वाट बघत राहिले. काही तासांनंतर मी उभी होते तिथे ती आली आणि तिनं खुपणारे शूज काढून टाकले, म्हणाली की मला त्यांचा त्रास होतोय. पुढची सारी वाट अनवाणी धावली. मॅरेथॉन पूर्ण करायला तिला तब्बल पाच तास लागले. मॅरेथॉनच्या अंतिम ठिकाणावर मी तिची वाट बघत होते. मग ट्रेननं आम्ही दोघी गाडी लावली होती तिथे आलो आणि मग घरी. तिला सामान्य स्थितीत यायला पुढचे दोन दिवस लागले. ही स्पर्धा सुनी पूर्ण करेल असं मला वाटलं नव्हतं, पण तिला नाउमेद करण्याची माझी अजिबात इच्छा नव्हती. एखादी गोष्ट करायची असं ठरवलं की मग काहीही झालं तरी सुनी ती पूर्ण करते हे त्या वेळी तिनं पुन्हा सिद्ध केलं. अंतराळवीर बनणं आणि अवकाशात सहा महिने राहून चार स्पेसवॉक करण्याइतकाच मला तिचा मॅरेथॉन पूर्ण करण्याचा विजयही मोठा वाटतो.'

भारताची सुनीता

सुनीतामध्ये भारतीय संस्कार रुजावे यासाठी आपण विशेष प्रयत्न केले असं तिचे पालक सांगतात. बोनी म्हणाल्या, 'आमच्याकडे भारतातून आलेले खूप पाहुणे असायचे. ते यायचे, राहायचे. माझे पती शाकाहारी असल्यानं मी कायम त्यांच्यासाठी भारतीय जेवण बनवायचे. आमच्याकडे अनेक स्वामी वास्तव्य करायचे. मुलं हायस्कूलमध्ये असताना आम्ही त्यांना सुटीत भारतात घेऊन गेलो होतो, आणि सगळा भारत हिंडलो होतो. सुनीताला भारतीय खाद्यपदार्थ खूप आवडतात. विशेष करून पापड आणि चटणी.'

सुनीता सांगते, 'माझी आई रोज दोन जेवणं बनवायची. एक भारतीय पद्धतीचं आणि एक मांसाहार अन् बटाटे, त्यामुळे मला दोन्हीतलं थोडं थोडं मिळायचं आणि भरपूर विविधताही. मला अजूनही मसालेदार खाणं आवडतं.'

'मुलांना भारतीय संगीत मनापासून आवडतं,' बोनी सांगतात, 'आम्ही भारतीय सिनेमांना जायचो, संगीत, नृत्याच्या कार्यक्रमांना

जायचो. आध्यात्मिक बैठकांसाठी मुलांना आवर्जून घेऊन जायचो. आम्ही जेव्हा लांबच्या प्रवासाला जायचो, तेव्हा गाडीमध्ये, दीपक मुलांना राम आणि कृष्णाच्या गोष्टी सांगायचे. आम्ही खूप वेळा भारतात गेलो आणि गुजरातला, विशेषत: गांधीजींच्या साबरमती आश्रमाला भेट दिली. सौराष्ट्रातलं पोरबंदर, राजस्थान, दिल्ली, आग्रा, अजंठा, वेरुळ, मद्रास, बंगलोर आणि मुंबईला गेलो. गांधीजींच्या जन्मस्थानाला आणि जिथं त्यांनी जगाचा निरोप घेतला त्या दोन्ही जागांना आम्ही भेटी दिल्या.

'या दोन्ही जागांना भेटी देताना, भारतासाठी गांधीजी किती महत्त्वाचे आहेत, ते दीपकनं मुलांना समजावून सांगितलं. जगासाठी त्यांनी किती मोठं काम केलं आहे ते सांगितलं. त्या दोन्ही स्थानांपाशी गेल्यावर आम्हा साऱ्यांच्या डोळ्यात पाणी उभं राहिलं होतं. गांधीजींच्या सत्य, प्रेम आणि अहिंसेचा संदेश सुनीताच्या मनावर तिथेच कोरला गेला. गांधीजींच्या संदेशानुसार आणि तिच्या वडिलांप्रमाणेच ती अगदी साधेपणानं आणि सकारात्मक दृष्टीकोनानं आयुष्य जगते. भारतात गेलो असताना आम्ही बऱ्याच नातेवाईकांना भेटलो. आम्हाला बघून त्यांना इतका आनंद झाला, की तो बघूनच आम्हाला भरून आलं.

'सुनीताला भारतीय चित्रपटांची गाणी गायला आवडायचं. *इचक दाना...* या गाण्यावर ती लहान असताना नाच करायची. *कभी कभी...* हे गाणंदेखील तिच्या अतिशय आवडीचं!'

सुनीता आत्तापर्यंत तीनदा भारतात आली आहे. जेव्हा ती अगदी लहान होती तेव्हा, त्यानंतर १९९८ मध्ये आणि मग कोलंबिया दुर्घटनेनंतर. भारतातल्या तिच्या गावामध्ये, साऱ्यांना तिच्याबद्दल काळजी वाटायची. 'आम्हाला अभिमान तर वाटतोच, पण त्याबरोबर काळजीही वाटते. आम्ही तिच्यासाठी प्रार्थना करतो,' सुनीताचे काका दिनेश रावल म्हणाले. मेहसाणा जिल्ह्यामध्ये, जुल्हासोण गावात तिच्यासाठी एक फेरीही काढली होती असं रावल यांनी सांगितलं. सगळं गाव तिच्या सुरक्षिततेसाठी प्रार्थना करत आहे. लहान असताना जुल्हासोण

गावात वात ती आली होती त्याची आठवण काका सांगतात, '१९७० साली सुनीता इथं आली असताना, तिनं उंटावरून फेरी घेतली आणि मग उंट घरी घेऊन जाऊ म्हणून हट्ट केला. गावातले लोक अजून त्या घटनेबद्दल बोलतात.'

विश्वकन्या कल्पना चावला

कल्पना चावलानंतर सुनीता ही भारतीय वंशाची दुसरी अंतराळवीर आहे. पृथ्वीवर परतायच्या प्रयत्नात असलेल्या कोलंबिया अवकाशयानाचा स्फोट झाला आणि १ फेब्रुवारी २००३ रोजी कल्पना चावलाच्या अंतराळ सफरीचा दुर्दैवी अंत झाला. 'कल्पना साऱ्या विश्वाची आहे,' सुनीता उद्गारली होती. चावला कुटुंबियांनी भारतीय वंशाच्या पहिल्या अंतराळवीराच्या, कल्पनाच्या आठवणी जपण्यासाठी केलेला एक प्रयत्न म्हणून, कोलंबिया अंतराळ यानाच्या दुर्घटनेतील कल्पनाच्या मृत्यूनंतर, सुनीता भारतात आली होती.

आपण कल्पनाकडून खूप काही शिकलो हे सुनीता चटकन मान्य करते. 'तिच्याबरोबर असणं खूप छान होतं. कल्पनाला विविध गोष्टींमध्ये रस होता. त्यातली एक गोष्ट म्हणजे भारतीय संगीत. त्या दोघी मिळून भारतीय शास्त्रीय संगीत ऐकायच्या.' दीपक सांगतात.

'सुनीला भारतीय शास्त्रीय संगीताची आवड निर्माण झाली ती कल्पनामुळे. तिनं सुनीताला निरनिराळ्या रागांच्या टेप्स दिल्या होत्या. भारतीय वाद्यसंगीत ऐकून तिनं ही संगीताची आवड जोपासली.' बोनी आठवणीनं सांगतात. सुनीता कल्पनाबद्दल म्हणते, 'ती मधुर स्वभावाची आणि भिडस्त होती. आम्ही कितीतरी तास एकत्र घालवले आहेत. कितीतरी बाईक राईडस् घेतल्या आहेत, पक्ष्यांकडे बघत तासन्तास घालवले आहेत. लांबवर हाईक्सना गेलो आहोत. कितीदातरी छोटी विमानं एकत्र चालवली आहेत.'

कल्पना चावलाच्या दुर्दैवी मृत्यूचा शोक भारतीय अजूनही करताहेत. त्यांच्यासाठी सुनीता विल्यम्स आता तिच्या मैत्रिणीची अन् तिच्या

स्वप्नांची चालती बोलती प्रतिकृती झाली आहे. आपल्यासारखी स्वप्न बघावी हा भारतातल्या लोकांसाठी सुनीताचा खास संदेश, 'तुम्ही जर स्वप्नांवर विश्वास ठेवलात, तर ती नक्की खरी होतील.'

वैशिष्ट्यपूर्ण पालक

दीपक यांच्या नावावर १२१ प्रकाशनांची नोंद आहे. त्यातली काही त्यांनी लिहीली आहेत तर काही लिहीण्यासाठी सहलेखक म्हणून काम केलं आहे. ते शिक्षणतज्ञ आणि उत्तम न्यूरोॲनाटॉमीस्ट म्हणून ओळखले जातात.

बोनींचं करिअर थोडं मागे पडलं कारण त्यांनी मुलांना वाढवण्याकडे लक्ष दिलं आणि कुटुंबाची काळजी घेतली. 'मुलं मोठी झाल्यावर मी पुन्हा काम करायला सुरुवात केली आणि मग व्यवसाय व्यवस्थापनाची पदवी मिळवली. शेवटी मी बोस्टन कॉलेजमध्ये उद्योजक अभ्यास-क्रमासाठी, उपक्रम समायोजक म्हणून काम केलं. १९९५ मध्ये निवृत्त झाले.'

तेव्हापासून हे जोडपं केप कॉड इथं राहात आहेत. बोनी सध्या लहान मुलांसाठी *'गॉर्बी ॲण्ड द ॲस्ट्रोनॉट'* नावाची गोष्ट लिहीत आहेत. सुनी आणि तिच्या लहानग्या जॅक रसेल टेरिअरवर ही गोष्ट बेतलेली आहे.

या घरातल्या लहानग्या कुत्र्यांकडेही सांगण्यासारख्या बऱ्याच गोष्टी आहेत!

●

भूमीस्पर्श

सुनीता विल्यम्सच्या आंतरराष्ट्रीय अवकाश स्थानकातील वास्तव्याच्या अखेरच्या दिवसात बऱ्याच घडामोडी झाल्या.

तिला पृथ्वीवर घेऊन येणारं, अटलांटिस हे अवकाशयान काही तांत्रिक बिघाडामुळे उशीरा पोहोचलं. शेवटी ते आंतरराष्ट्रीय अवकाश स्थानकाशी जोडलं गेलं, पण त्याचं थर्मल ब्लँकेट (उष्णतावरोधी आवरण) उचकटलं गेलं होतं. २००३ सालच्या फेब्रुवारी महिन्यात, पृथ्वीकडे परतताना, कोलंबिया अवकाशयान पेटून कल्पना चावलासह अन्य सहा अंतराळवीरांचा अंत झाला होता, या पार्श्वभूमीवर, थर्मल ब्लँकेटमधील बिघाड 'धोकादायक' नाही असं सांगण्यात आलं असलं, तरी त्याची दुरुस्ती करणं आवश्यक होतं.

अटलांटिसच्या सदस्यांनी अवकाश स्थानकाच्या उभारणीसाठी भरीव काम केलं. तिसऱ्या व चौथ्या ट्रसच्या भागांवर जोडणी आणि सौर तावदानं बदलण्यासाठी चार स्पेसवॉक केले. अवकाश स्थानकाची उभारणी पूर्ण होण्यासाठी, २०१० सालापर्यंत १२ बांधणी मोहिमा हाती घेण्याची गरज आहे.

अंतराळवीर डॅनी ऑलिव्हसनं स्पेसवॉक करून, वैद्यकीय कामांसाठी वापरण्यात येणाऱ्या स्टेपलरनं अटलांटिसचं थर्मल ब्लँकेट जोडलं.

सौर तावदानांचं काम झाल्यावर लगेचच, अवकाश स्थानकातले

रशियन संगणक अनपेक्षितरित्या ४८ तास बंद पडले. आयएसएसच्या सदस्यांनी 'जंपर केबल' वापरून बिघडलेली विद्युत्‌कळ दुरुस्त केली आणि संगणक पुन्हा काम करू लागले.

त्यामुळे अकरा दिवसांची अटलांटिसची मोहीम तेरा दिवसांची झाली.

भारतीय वंशाची अमेरिकन अंतराळवीर सुनीता विल्यम्स हिनं आणखी एक विक्रम स्थापित केला. तो म्हणजे सर्वाधिक काळ अंतराळात वास्तव्य करण्याचा! अमेरिकन अंतराळवीर शॅनन ल्युसिड हिनं रशियन स्पेस स्टेशन MIR वर, १९९६ मध्ये, १८८ दिवस चार तास अंतराळात राहण्याचा विक्रम केला होता. विक्रम प्रस्थापित करताना ती काय करत होती, यावर उत्तर देताना सुनीता म्हणते, 'माझ्या हातात तेव्हा एक-दोन पान्हे अन् अशीच काही हत्यारं होती.'

आयएसएसवर गेली सहा वर्ष मानवी वास्तव्य आहे, त्यात तीन महिलांचाही समावेश आहे. सुनीतानं पहिल्याच अंतराळ प्रवासात, अकरा वर्षांचा विक्रम मोडला. त्यावर शॅननची प्रतिक्रिया बोलकी आहे, 'तिला स्पेसवॉक करताना पाहणं थरारक होतं आणि विश्वातल्या इतर कोणत्याही महिलेपेक्षा तिनं अधिक काळ स्पेसवॉक केला आहे हे बघताना खरंच कौतुक वाटत होतं.'

त्यावेळी पृथ्वीवर मात्र, तिचं कुटुंब, मित्रपरिवार, सहकारी आणि अगणित लोक श्वास रोखून तिच्या परतीच्या प्रवासाकडे डोळे लावून बसले होते, प्रार्थना करत होते. अहमदाबाद इथं शाळेतल्या मुलांनी तिनं सुखरुप परतावं म्हणून प्रार्थना म्हटल्या.

भावुकता

ती पावसाची वाट बघत होती. तिला समुद्रात, तलावात पोहायचं होतं, किमान एक आंघोळ तरी हवीच होती. अवकाशातलं आयुष्य एखाद्याला अस्वच्छ वाटायला लावू शकतं. वजनरहीत अवस्थेमुळे, घाम त्वचेवरच राहतो, त्याचे फुगे तयार होतात, त्वचेवरून अलग होतात, आणि नंतर कशाला तरी धडकून फुटेपर्यंत हवेत

तरंगत राहतात.

कधी कधी पृथ्वीला - भूमीला स्पर्श करावा अशी तीव्र इच्छा सुनीताच्या मनात दाटून येई तेव्हा, चंद्राभोवती फेऱ्या मारून, चंद्रावर पाऊल न ठेवता परत आल्यानं अपोलो अंतराळवीरांना किती नैराश्य आलं असेल, याचा ती विचार करत असे.

रोजच्या रोज निरनिराळ्या पिशव्यांमधून खाणं काढायचं आणि तेच खायचं, हे खूप कंटाळवाणं व्हायचं, तेव्हा आईस्क्रिमच्या गोळ्याची आठवणही मन प्रसन्न करायची. तिचा आवडता पदार्थ, पिस्ता आईस्क्रिम आणि चॉकलेट सॉस, तिच्यापासून फक्त ३४० किलोमीटर लांब होता.

रात्र जशी जवळ यायची, तशी पृथ्वी लुकलुकायला लागायची. दिवसा वैराण दिसणाऱ्या जागा चमचमायला लागायच्या. या साऱ्यामुळे, 'चेहऱ्यावर समुद्राचा वास आणि स्पर्श हवाच हवा, अशी खूप खूप इच्छा व्हायची. आपल्या सुंदर ग्रहावर, पृथ्वीवर परत यायला मला खूप आवडेल,' ती म्हणाली.

अनुभव आणि नैपुण्य असलं तरी, अवकाश प्रवास धोकादायक आहे असं तिला वाटतं. तरीही, तिला वाटतं, की इतरांनी 'आपल्या पाऊलखुणांवर चालावं'. 'जागेपणात विहरणं,' हे म्हणणं रास्त ठरेल कारण गुरुत्वबल नसल्यानं, सरळ, खाली डोकं वर पाय, तिरकं, हव्या त्या दिशेला काम करता येतं. तिच्याच शब्दात सांगायचं तर, 'आपल्या द्विमितीय जगाशी तुलना करता, अवकाश हे त्रिमितीय जग आहे.'

वेदना, आशा आणि परमानंद

अटलांटिस पृथ्वीवर येण्याची तारीख ठरली होती २१ जून, २००७ आणि वेळ होती, भारतीय प्रमाण वेळेनुसार रात्री ११.३० मिनिटे. फ्लोरिडातल्या केनेडी स्पेस सेंटरला अटलांटिस उतरणार होतं. सगळेजण त्या क्षणाची वाट बघत होते. मात्र, तसं व्हायचं

नव्हतं. हवामान खराब होतं, ८००० फुटांवर ढगांची दाटी झाली होती आणि वादळाची चिन्हं होती. पुन्हा प्रयत्न करण्याचा काही फायदा नव्हता. चोवीस तासांच्या वेदनादायक प्रतिक्षेनंतरही परिस्थितीत काही बदल झाला नव्हता.

सुनीता आणि तिच्या सहकाऱ्यांनी सुखरुप परत यावं म्हणून जगभरात प्रार्थना केल्या गेल्या. भारतभर दिवे तेवत होते, प्रार्थना आणि भजनं सुरू होती. २७००० किमी वेगानं येणाऱ्या अटलांटिस अवकाशयानाचा वेग मंदावला, जमिनीपासून ४०००० फूट वर, पृथ्वीच्या वातावरणात ते शिरलं, आणि कॅलिफोर्नियामध्ये, एडवर्डस् एअर बेसला, भारतीय प्रमाण वेळेनुसार सकाळी १.१९ मिनिटांनी सुखरुप येऊन पोहोचलं, अन् साऱ्यांनी सुटकेचा निश्वास सोडला.

भारतात एकच जल्लोष सुरू झाला. विशेषतः पंड्या कुटुंबाच्या मूळ शहरात – अहमदाबादेत आणि कल्पना चावलाच्या कर्नालमध्ये! सुनीता परत आली, तिनं अवकाशात १९४ दिवस, १८ तास आणि १५ मिनिटं वास्तव्य केलं.

तिच्या कुटुंबाला हायसं वाटलं. सुनीताचे वडील डॉ. दीपक पंड्या, भारतातल्या लोकांचे आभार मानण्यासाठी दूरचित्रवाणीसमोर आले. सुनीताची अवकाश यात्रा कौतुकानं पाहिलेल्या आणि तिच्या सुरक्षित परतीसाठी प्रार्थना केलेल्या भारतीयांचे त्यांनी आभार मानले.

सुनीता विल्यम्स ही खरेच मॅरेथॉनर आहे - अवकाशातली एकमेव मॅरेथॉनर. ती एक यशस्वी जीवनयात्री आहे. आता तिचं पुढचं पाऊल कुठलं असेल? ५२२ दिवसांची मंगळावर स्वारी? सुनीता विल्यम्ससाठी शेवटचा विजय नसेलच, फक्त नवी आव्हानं असतील.

●